TÀI LIỆU VÀ PHƯƠNG PHÁP
GIẢNG DẠY TIẾNG VIỆT CHO NGƯỜI ĐÀI LOAN

越南語
教材教法

蔣為文 Tưởng Vi Văn (chủ biên) ———— 主編

序
從台語學越南語

　　隨著越南人與台灣人通婚數量的增加，越南語在台灣的能見度與影響力也越來越高。教育部甚至也將包含越南語在內的東南亞語文列入108學年（原定107年，因故延後一年）即將實施的十二年國教課綱裡的正式課程。目前，幾乎各大學都有開設越南語及越南文化的相關課程；不少中小學也都開設越南語供學生選修。隨著新南向政策的實施及台商在越南積極布局的增加，台商對具備越南語能力的台灣人才的需求也日漸增多。

　　雖然此刻台灣社會正有一股學習越南語的熱潮，但合格的越南語師資及教材卻相對地缺乏。有鑑於此，國立成功大學越南研究中心及社團法人台越文化協會近年來均投入不少精力在師資培訓與教材研發。本書即是2017年11月在成大辦理「越南語教學及師資培訓國際工作坊」的成果之一。

　　筆者於1997年第一次到越南，之後幾乎每年寒暑假都會去越南做調查。當時筆者仍在美國德州大學就讀語言學研究所，為了研究越南廢除漢字改用羅馬字的歷史乃千里迢迢到越南學習越南語並進行田調。學過越南語之後才發覺台語和越南語之間的關係非常密切。譬如，越南現行的文字「國語字」（羅馬字）與台語「白話字」（Pėh-ōe-jī）的文字方案相似度高達九成以上。所謂白話字就是1885年創刊，台灣第一份台語報紙《台灣府城教會報》裡採用的羅馬字。又譬如，台語及越南語均有濁塞音/b/與/g/，此為北京話所缺少的音素。總之，台灣人若能透過台語及白話字來學習越南語，將可收到事半功倍的效果。

　　越南語對台灣人來說，是「母語」（mother tongue）還是英文以外的「第二外語」（second foreign language）呢？當然，這要看對誰來說。如果對台越通婚家庭的子女而言，越南語或許是他們的

「傳承語」（heritage language）；但對與越南無親屬關係的一般台灣人而言，越南語則是他們的第二外語。筆者在此區分「母語」及「傳承語」的目的，是要避免把台灣本土語言（台語、客語及原住民族語）的「母語」教育和新住民的「傳承語」教育混為一談。台灣本土語言的母語教育具有轉型正義意涵，是要把過去受外來政權的國語（華語）霸權主義侵害的台灣人的「民族母語」挽救回來。至於新住民的「傳承語」則屬於新移民的公民權的一環，他們未曾受華語霸權主義的侵害，屬於志願移民的一部分。況且，台灣的新住民家庭其實絕大多數都是母親來自東南亞國家，父親則是台灣人，屬於國際通婚家庭，而非父母均移民自外國。也因有這樣的屬性，許多台越通婚家庭的後代多數不具備越南語能力或僅具備簡單的日常會話能力。因此，在台灣，即便是越鄉人的後代，大多數仍是以第二外語的方式來學習越南語。

　　本書即是以擬在台灣從事越南語教學的師資為研讀對象，內容包含對外越南語教材教法，越南語、台語及華語對比分析等。期待本書能對各位讀者有所助益並提升台灣的越南語教育的品質。

蔣為文

目　錄

序　從台語學越南語

第一章　從港灣向南航行：談新南向政策下的人才培育
　　　　／蔣為文 ……………………………………………… 1
　　一、前言 …………………………………………………… 2
　　二、新南向的核心價值與目的 …………………………… 2
　　三、韓國的南向政策值得學習 …………………………… 3
　　四、新住民稱呼應先正名 ………………………………… 4
　　五、人才培育的觀念與做法 ……………………………… 6
　　六、結語 …………………………………………………… 10
　　參考文獻 …………………………………………………… 11

第二章　台灣的越南語教學發展趨勢／陳氏蘭 ……………… 13
　　一、前言 …………………………………………………… 14
　　二、國中小學之越南語教學 ……………………………… 15
　　三、高中越南語教學 ……………………………………… 24
　　四、大專校院之越南語教學 ……………………………… 26
　　五、結語 …………………………………………………… 29
　　參考文獻 …………………………………………………… 30

第三章　「漢越詞」及「漢語詞」詞義對比以及台灣人透過
　　　　漢越詞學習越南語的利與弊／阮福祿 ……………… 33
　　一、前言 …………………………………………………… 34
　　二、詞義基本相同 ………………………………………… 35
　　三、詞義基本不同 ………………………………………… 40
　　四、詞義同中有異 ………………………………………… 44

五、漢越詞―漢語詞之間詞義的異同與越南語學習 ⋯⋯⋯ 50

第四章　越南羅馬字和台灣白話字的文字方案比較 / 蔣爲文 ‧‧57

一、前言 ⋯⋯⋯⋯⋯⋯⋯⋯⋯⋯⋯⋯⋯ 58

二、文字方案的語言學分析 ⋯⋯⋯⋯⋯⋯ 59

三、從台語學越南語的發音 ⋯⋯⋯⋯⋯⋯ 73

四、結語 ⋯⋯⋯⋯⋯⋯⋯⋯⋯⋯⋯⋯⋯ 85

參考文獻 ⋯⋯⋯⋯⋯⋯⋯⋯⋯⋯⋯⋯⋯ 86

附件 ⋯⋯⋯⋯⋯⋯⋯⋯⋯⋯⋯⋯⋯⋯⋯ 89

第五章　TÀI LIỆU VÀ PHƯƠNG PHÁP GIẢNG DẠY TIẾNG VIỆT CHO NGƯỜI NƯỚC NGOÀI
/ PGS.TS. LÊ KHẮC CƯỜNG ⋯⋯⋯⋯⋯⋯ 93

第六章　NGỮ PHÁP TIẾNG VIỆT VÀ PHƯƠNG PHÁP GIẢNG DẠY NGỮ PHÁP TIẾNG VIỆT CHO NGƯỜI NƯỚC NGOÀI
/ PGS. TS. Nguyễn Thiện Nam ⋯⋯⋯ 109

第七章　NHỮNG VẤN ĐỀ CƠ BẢN CỦA NGỮ PHÁP TIẾNG VIỆT KHI DẠY TIẾNG VIỆT CHO NGƯỜI NƯỚC NGOÀI: NÒNG CỐT CÂU VÀ CÁC THÀNH PHẦN CHÍNH CỦA CÂU
/ PGS.TS. NGUYỄN VĂN HIỆP ⋯⋯⋯ 145

第八章　MỘT SỐ NỘI DUNG VÀ PHƯƠNG PHÁP CƠ BẢN TRONG DẠY VÀ HỌC PHÁT ÂM TIẾNG VIỆT
/ PGS.TS. Nguyễn Văn Phúc ⋯⋯⋯ 169

第九章　GIẢNG DẠY VÀ KIỂM TRA ĐÁNH GIÁ MÔN VĂN HỌC VIỆT NAM DÀNH CHO SINH VIÊN NƯỚC NGOÀI
/ TS. Nguyễn Thị Thanh Xuân ⋯⋯⋯ 207

第一章

從港灣向南航行
談新南向政策下的
人才培育

蔣為文
國立成功大學越南研究中心主任

一、前言

　　蔡英文總統上任後立即提出新南向政策並獲得眾多國人的肯定。既然蔡總統著重在「新」的政策，就應與李登輝總統時期的南向政策或日治時期的南進政策有所創新與突破。本文將探討如何在「新」的南向政策下從事人才培育以達成目標。

二、新南向的核心價值與目的

　　要規劃新南向政策，首先要確立核心價值與目的。筆者認為，「立足台灣才能放眼全世界，而新南向是要補足曾經在台灣消失的世界地圖上的板塊」。新南向的最終目的究竟為何？新南向的主要合作對象為東南亞及南亞國家。新南向的正、負面結果通常是一線之隔。以經濟產業為例，如果台灣能夠和東南亞及南亞的產業互補，並藉由東南亞及南亞國家共約二十三億人口來拓展台灣的外銷市場並壯大台灣，則可創造雙贏共榮的局面。這是正面發展也是我們所樂見的結果。但是，如果新南向的結果是台商及年輕人出走，造成台灣的產業空洞化及就業機會減少，這樣的負面結果絕非台灣人民所樂見。

　　除了經濟產業發展的考量之外，文化交流也是新南向的重要一環。就文化發展的角度而言，我們正面期待透過雙向的文化交流以豐富台灣的文化內涵與世界觀，並加強台灣文化在東南亞甚至全世界的能見度與影響力。要達到這樣的境界，一方面要有釘根台灣的文化主體性，一方面又要敞開心胸接納來自世界各地值得欣賞與學習的優質文化。這樣的正向發展才符合聯合國教科文組織於2001年所公布的〈世界文化多樣性宣言〉的精神與內涵。

　　由此看來，要達成新南向的目的就須具有「永續台灣」的核心價值與期許才有可能達成。在確立核心價值與目的後也才能制定合宜的執行方案以落實政策目標。在擬定執行方案前，我們不妨先參考鄰近其他國家到東南亞發展的成功案例，其中特別值得我們效法的應屬韓國。

三、韓國的南向政策值得學習

越南自1986年開始改革開放以來，逐漸吸引外資到越南投資，其中台商算是最早到越南投資的外國廠商之一。台商在越南的投資金額與影響力曾經多年名列前三名。但是，大約自2000年以來，台商的優勢卻逐漸被韓國企業所取代。如今韓國已躍升為越南的第一大外商投資國（仝澤蓉，2017）。

韓國人的民族意識很強，也沒有國家認同的危機。韓國人的目標很清楚，它南向的終極目的是要拓展市場及生產基地以壯大母國「韓國」。因此，韓國企業以全方位的配套方式前進越南。韓國企業號召年輕人前往越南並給予培訓機會。這些韓國年輕人到越南後先到著名大學的越南學系學習越南語及認識越南社會文化，經過四年的培訓後再到當地韓國企業上班並擔任幹部。由於這些年輕幹部已熟悉越南語及越南當地的風俗民情，很容易就能掌握當地人的消費心理與投資情報。筆者於1997年到越南胡志明市學習越南語時，當時班上只有一名韓國學生。時至今日，以胡志明市的社會人文大學越南學系為例，全系一半以上是韓國年輕學生，台灣學生卻仍僅是個位數。由此可見，韓國在培育南向人才的成效（蔣為文，2016）。

此外，韓國企業利用電視劇、音樂等影音娛樂產品塑造韓國流行文化形象。經過十多年的努力，韓國的產品諸如汽車、手機、化妝品等幾乎已成了越南人心目中的第一品牌。韓國不只銷售工業產品，連韓國料理店、速食店在越南各大都會區也幾乎隨處可見。其中某家韓國速食店曾在台灣設店失敗，卻在越南起死回生，創造了越南最大的連鎖速食店。此外，韓國政府亦贊助越南重點大學成立韓國語文學系，鼓勵越南人學習韓國話。如今，越南各著名大學幾乎都有韓文系。由此可見，韓國企業在越南成功塑造韓國文化潮流之際，不僅可以增加韓國文化在越南的能見度，同時也是創造了韓國產品的銷售機會，爲韓國賺進大把外匯。

　　論聰明才智與資本，台灣人不輸給韓國人。但爲何台商在越南的影響力逐漸被韓國取代，甚至於2014年5月排華暴動中成爲犧牲品？主要原因就是台商普遍欠缺以台灣本土文化爲主體的國家認同。韓國人則有強烈的出頭天、當老大的企圖心。譬如，韓國人會有意識地將原本是窮人的泡菜行銷成國際級的美食。但不少台商卻停留在追逐廉價的勞工以生產廉價工業產品，對於文化產業卻仍停留在被殖民者的心態。譬如，許多台商捨棄台語不用，卻用華語。許多台商不肯花錢培養台灣年輕幹部，卻直接引進中國幹部以高壓方式管理越南工人（王宏仁，2014）。不僅如此，部分台商還掩護中資以台商名義進入越南投資。這些作爲當然會讓越南人認爲台灣與中國都是同一國。當負面事件發生時，不僅賠掉台灣人的形象，也直接波及台商在越南的企業（蔣爲文，2016）。

四、新住民稱呼應先正名

　　大約自1990年代以來有不少來自中華人民共和國及東南亞國家的人民與台灣人通婚並定居在台灣。目前全國約有十八萬名原籍東南亞的新移民（新住民），其中約一成居住在高雄市。這十八萬新移民當中約有十萬名的原鄉來自越南，其次約三萬名來自印尼（移民署2017）。這樣的客觀條件與人力資源造就了「新」南向政策的可能性。

　　這些來自東南亞國家的新移民因多數是女性且以通婚方式定居在台灣，因此早期民間與政府常以「外籍新娘」稱呼她們。之後，爲了性別平等，政府又改用「外籍配偶」的中性稱呼。後來又有人認爲既然她們／他們已在台灣定居，就不應該被視爲「外籍」，因此又用

「新移民」或「新住民」的新稱謂。目前，政府似乎傾向以「新住民」來統稱那些因通婚而定居台灣的人。至於她們／他們的子女則稱爲新住民第二代。對於「新住民」及「新住民第二代」這樣的稱呼，我們認爲仍有商榷的空間。

首先，我們先來參考國外處理移民的案例。英文的「new immigrants」一般譯爲「新移民」，通常指跨國的人民遷徙（The Encyclopedia Americana 1998:803）。新移民的產生有多種原因，譬如通婚、戰亂遷徙或自由意志的國籍歸化等因素。英文的「new residents」則常譯爲「新住民」或「新居民」，指國內的跨鄉鎮縣市的移居。不論新移民、新住民或新居民，這些都是過渡期的稱呼與現象，因爲隨著本土化的進行這些人及其後代都將成爲新的當地人。因此，以過渡期的稱呼來作爲特定族群的專有名詞似乎不大適當。

移民過程，有可能是全家移民或僅是單一成員的遷徙。譬如，在美國有不少越戰後難民潮的越南裔的移民家庭。通常他們是由父母都是越南人所組成的家庭。也因有此特色，他們的第二代通常都擁有越南語及英語的雙語能力。這些越裔移民通常稱爲Vietnamese American（越裔美國人）。台灣的新移民家庭其實絕大多數是單一成員的移民而已，亦即僅通婚的其中一方是來自異國，其餘家庭成員仍然是在地的台灣人。譬如，一個三代同堂的台越通婚家庭裡，母親可能是越南人，但父親及祖父母均爲台灣人。就血緣來看，台越通婚的下一代具有二分之一的越南血統；但就文化背景來看，通婚的下一代至少具有四分之三（父親及祖父母）的台灣文化傳統。也就是說台越通婚的後代具備台灣特質的密度高過一半以上。隨著第二代、第三代的出現，通婚家庭的後代的本土特色會越來越明顯。既然是這樣，爲何政府仍把他們歸類爲外來的「新住民」？

如果不用「新住民」，要用什麼稱呼比較妥當呢？由於過半的東南亞移民來自越南，我們不妨參考越南歷史上曾出現的「明鄉人」案例。大約17世紀末東寧王朝滅亡之際，有三千名原爲鄭成功的部下前往越南投靠越南王「阮主」。阮主收留這群士兵後令他們負責開拓南方的疆域，包含當今的邊和、同奈、胡志明市等以南區域。這些士兵後來多數娶當地越南女子為妻並落地生根。這些士兵及其後代在越南俗稱「明鄉人」並逐漸本土化為越南人。「明鄉人」這一名詞在越南語裡非常中性，表示明、越混血後代並認同在地成為新的越南人（蔣為文，2013）。我們或許可以參考「明鄉人」的歷史背景，將來自越南的新移民稱為「越鄉人」，來自印尼的稱為「印鄉人」，來自泰國則稱為「泰鄉人」等。或是也可以比照美國的做法，分別稱為「Vietnamese Taiwanese」（越裔台灣人）、「Indonesian Taiwanese」（印尼裔台灣人）及「Thai Taiwanese」（泰裔台灣人）等。

五、人才培育的觀念與做法

新南向強調以人文為本的雙向交流，因此人才的培育就須在此架構下思考與規劃才能符合實際的需求。在雙向交流下，我們至少需要二種的人才：第一，對東南亞國家有研究的台灣人。第二，對台灣有研究的東南亞各國人民。

長期以來，中華民國政府只重視歐美日，卻忽視鄰近的東南亞國家。這導致台灣的東南亞研究人才相當缺乏。譬如，這兩年來在教育部新南向政策鼓勵下，許多大學及中小學紛紛開設越南語等東南亞語文。這現象看似相當蓬勃發展，然卻中看不重用。因為這些政策制定者經常只為短期的開課班數好看卻不重視教學品質且缺乏長期的規劃與願景。

現行的東南亞語文教學者不僅良莠不齊，且缺乏正規的培訓過程。教育部為達成108學年起正式將東南亞語文列入十二年國教，大量採用東南亞新移民及留學生擔任兼課老師。這些人僅受過短期研習（通常是三十六小時）或甚至完全沒有受過專業訓練就直接上場教授東南亞語文。其中有的新住民可能連高中文憑都沒有，如何勝任教學工作呢？試問，在台灣如果高中沒畢業可以去小學教英文或國文嗎？不要說台灣，在越南現在也都要求至少有大學文憑且受過專業訓練才能到小學教書。我們不反對新移民加入東南亞語文教學的行列，但應該有一套合理的訓練過程與任用標準才對。否則，我們不是在推廣，而是在歧視與拖垮東南亞語文教育。

除了採用新住民及留學生之外，教育主管單位還天眞地以為不懂東南亞語文的台灣籍在職老師受過三十六小時訓練後就可以擔任教導東南亞語文的重責大任。就筆者所知，這兩年來有不少地方教育局於暑假辦理短期的東南亞語文師資培訓課程。這些課程的培訓對象竟然不分國籍也不分懂不懂東南亞語文。試問，我們可以期待一位在職國小老師前來接受三十六小時的越南語培訓後就可以回去學校教越南語嗎？這些老師從小學到大學至少學了十年的英文，他們都還不一定可以教英文。我們卻期待他們上三十六小時的越南語就可以教越南語，不是太爲難了嗎？我們不反對在職老師前來進修學習東南亞語文以增加他們個人對東南亞文化的認識。但他們若要把東南亞語文列為專長並授課，就應該符合專業標準，譬如越南語認證達到高級程度且受過語言教學相關訓練。

除了教學現場老師的資格有問題之外，負責培訓老師的師資也大有問題。教育部本部負責指導東南亞語文教育的教授竟然本身不懂東南亞國家任一種語文。這樣的教授卻可以主導教育部及各地方教育局的東南亞語文師資培訓課程。其成效可想而知。

上述這些問題只是諸多亂象之一部分。那麼，我們該怎樣改善現況以培育台灣的東南亞語文及東南亞研究人才呢？我們應該有短期、中期與長期的規劃目標。人才對象則包含本國籍及外國籍。

短期規劃：

我們可以善用現行在台灣懂東南亞語文的任何對象擔任教學支援人員，包含東南亞新住民、東南亞系所畢業生、退休台商等。但是，我們必須建立一套錄取標準，至少包含這幾項：第一，具備東南亞語文認證C1高級以上程度。成大越南研究中心目前已開辦國際越南語認證，並獲越南的大學承認其證書。因此，實務上要求越語老師參加越語檢定並非不可行。第二，至少大學畢業。第三，至少受過七十二小時研習訓練。經錄取的教學支援人員，其核准教學之證書應有期限，譬如三或五年，以鼓勵他們持續往中期及長期師資邁進。

越南的大學在2000年後陸續成立了不少越南學系負責對外越語教學的工作。越南語文師資培訓課程可以和越南知名大學的越南學系合作，聘請相關師資前來協助培訓以提高成效。現行的東南亞相關學系也可以考慮和越南的知名大學的越南學系辦理雙聯學制。政府及台商企業也可設立基金獎助台灣學生到越南的越南學系就讀，待畢業後則留在越南台商企業服務。其他東南亞語文也可依此模式辦理。

政府應鼓勵並規劃出版東南亞語文及東南亞研究之相關書籍以帶動教學及研究。特別是台灣現在相當需要一系列具權威性關於東南亞及南亞國家各領域諸如社會、語言、文化、歷史、藝術、經濟等的叢書。在這一部分，日本、中國及韓國都已有不少出版品，台灣則仍有待加強。

中、長期規劃：

比照對外華語教學及英語教學（TESOL）的師資培訓方式，鼓勵補助幾所重點大學成立東南亞語文教學學程或研究所供已懂東南亞語文者進修。修滿學分，完成檢核及實習者才可以擔任正式的東南亞語文教師。教育部應設定期程，譬如五年，逐步汰換上述短期的教學支援人員。各縣市教育局處徵聘正式教師時也應開缺給東南亞語文老師以保障其專業工作權。

教育部也應補助幾所重點大學成立東南亞相關學系以培育未來人才。目前，國內僅暨南大學擁有東南亞學系（大學部及碩博班）及高雄大學的東亞語文學系越語組（大學部）為正規本科系學生的培訓管道，其餘大學僅有學程、學分班或通識課等供選修。多年來筆者於成大通識課程均開設越南語供學生選修。由於越南語非修課學生的本科專業科目，因此學習的積極度及成效經常大打折扣。此外，暨南大學走研究路線，東南亞語言課程僅必修十二學分。高雄大學東亞語系則走語言路線，畢業門檻須達越語高級，但每年僅招收十二名學生。

若比較韓國企業要求韓國學生到越南就讀越南學系四年（全越語上課）來看，我們現在國內的東南亞語文訓練的質與量顯然相當不足以應付台商的需求。

東南亞共有十個國家，卻要一個小小的東南亞學系包山包海來研究，其成效難免有限。相較之下，中國有好幾個大學，譬如廣西民族大學、雲南民族大學等，都設立東南亞學院來從事東南亞研究及語文教學。筆者於十幾年前在越南從事田調時就常遇到整批來自中國廣西的雙聯學制留學生。由此看來，台灣現有的東南亞相關學系仍相當遜色。語言絕對須從大學部開始培訓，才可能應付台商需求。即便是要走研究路線的學者，也需要語言當工具才能深入東南亞當地從事第一手的研究調查。有鑑於此，建議教育部應擇重點大學直接成立東南亞學院，下設各國學系。若短期內無法做到，至少應先針對人數眾多的越南及印尼優先設立越南語文學系及印尼語文學系。若教育部無此規劃，高雄市政府也可以結合台商的力量籌措資金挹注現有的高雄大學東亞語文學系越語組獨立成越南語文學系。

新南向首重雙向交流。為達此目的，除了上述培育對東南亞國家有研究的台灣人之外，也應該資助一些東南亞當地的研究者從事台灣研究以作為東南亞在地的交流平台。

要培養一些國外的研究者從事台灣研究，可以分為幾部分來規劃。第一部分是積極招收外籍生來台留學。其研究領域可以包含自然、理工、經濟、商管及人文藝術等各方面。此部分在先前的台灣獎學金及教育部五年五百億計畫挹注下已取得不少成就。今後應持續甚至加碼針對外籍生來台就讀或外國學者來台客座研究的經費補助。針對那些學習成果相對較優秀且高度符合台灣需求的留學生，政府應制定具體計畫積極媒合他們畢業後留在台灣企業界工作，以延攬國際間的優異人才為台灣服務。

第二部分，建議目前各大學的台文相關系所進行國際化的轉型規劃。目前，各大學的台文相關系所，譬如台灣文學系、台灣文化學系、客家學院、原住民族學院等，均以台灣學生為主要招生對象。課程安排也都以台灣學生的需求作規劃。其實，我們可以參考越南學系的做法，將台文系分組招收學生。一組招收台灣學生，另一組招收國際學生。國際學生組的課程規劃應比照越南學系，從語言基礎開始教起，再輔以台灣文史等的訓練。待這些國際學生畢業後，他們已學得台灣語言並認識台灣社會文化。他們可以留在台灣的企業界或回其母國服務。台文系的國際化將可促進台灣語言、文化的對外行銷，無形中也可增加台灣商品在國外的競爭力。

第三部分，政府應結合各地台商共同資助東南亞及南亞國家裡的知名一流大學設立台灣學系或台灣文化研究中心，並獎助其學者及研究生從事台灣研究及出版。政府也應設立台灣學講座計畫，資助台灣學者到國外重點大學講學以增加台灣影響力。台灣目前有為數不少的年輕博士找不到專任職缺。若能善用這些人力資源安排到國外大學教書，不僅可以解決博士過剩的問題又可以為新南向交流注入博士級的尖兵。

第四部分，政府應結合各地台商共同出資成立基金，以資助當地國的NGO（非政府組織）從事公益活動以建立台商在當地的良好企業形象。此外，政府也應加強鼓勵補助台灣民間社團與當地國的NGO進行雙向交流。NGO的交流可視為實質外交的重要一環。

第五部分，政府應參考韓國及日本的做法，制定文化產業獎勵政策，獎助台灣的媒體製作優質的電影、電視劇及音樂等文化產品以對外行銷台灣。初期應以東南亞為主要行銷目標，之後再逐步擴大到全球各地。

六、結語

近二十年來，中國經濟崛起後在國際上對台灣的施壓與圍堵日漸明顯與壓霸。台灣若能透過新南向的新做法積極與東南亞及南亞國家進行交流合作，在秉持「永續台灣」的核心價值及共創雙贏的原則下，相信台灣必能超越各國成爲東南亞及南亞國家的最重要合作夥伴。其成果不僅可以提升台灣在國際上的能見度與影響力，同時也能促進台灣經濟與文化的永續發展。

【原載2017《城市發展半年刊》23期，頁8-19。】

參考文獻

The Encyclopedia Americana (1998), *The Encyclopedia Americana-International Edition*. Vol.14. Danbury: Grolier Incorporated.

王宏仁（2014），〈打台灣人　不是一場誤會〉，《蘋果日報》2014年5月16日，焦點評論。

仝澤蓉（2017），〈台灣去年在越南投資　退居第六名〉，《經濟日報》2017年8月1日，網路即時新聞。

移民署（2017），外籍配偶人數與大陸（含港澳）配偶人數按證件分統計資料，內政部移民署全球資訊網。<https://www.immigration.gov.tw/ct.asp?xItem=1335771&ctNode=29699&mp=1>2017年9月30日下載。

蔣為文（2013），〈越南的明鄉人與華人移民的族群認同與本土化差異〉，《台灣國際研究季刊》期刊，9(4)，63-90。

蔣為文（2016），〈釘根本土才是新南向的完勝之道〉，《台灣時報》2016年9月21日，專論。

第二章
台灣的越南語教學
發展趨勢

陳氏蘭
國立高雄大學東亞語文學系助理教授

一、前言

　　今日，隨著全球化的趨勢，世界各國之間互相交流、合作以及競爭關係越來越緊密。各國之間的互動也引發了人才培育的新方向以及新思考模式。也因為國際關係發展的需求而各國之間的跨國人力資源移動現象開始出現（鍾燕宜、謝曉琪，2012）。在國際化、全球化的強烈潮流，各國都要努力增強自己的競爭力、生產力及跨國交流力，而個人的外語能力，即跨國、跨文化的溝通能力成為人力資源培育的關鍵問題之一。一個具國際觀的人才所需具備的基本條件之一就是外語能力，只有透過嫻熟的外語能力才能夠提高對於國際事務的了解及增進與國際人士的互動往來（杜昱潔，2007）。因此，各國的教育都很注重培養學生的跨文化人際互動能力，以面對未來全球合作與競爭的時代。台灣除了向外投資經濟、科技、教育、文化等領域，其他國家來台灣發展也日益增加。外語學習已經成為當今國際發展趨勢的重要需求。這十幾年來，台灣與越南之間的合作關係日益密切與頻繁，因此越南語能力成為一個重要的工具。需要學習越南語的台灣人可分為以下三類。第一是赴越南投資經商者，用以作為溝通工具。在政府大力推動新南向政策狀況之下，越南是台灣在東南亞主要投資國家，因此越南語能力成為應徵人員的核心能力與優勢，學習越南語人數也因此日益增加。

　　第二是台灣學生、研究生及研究者，選擇越南語為未來就業的優勢或研究越南的工具。台灣教育部與越南教育培訓部已多次共同舉辦台越教育論壇與高等教育展，並於2015年簽署了「台越教育合作協定」，為雙方高等教育單位提供更多資訊與合作機會，特別是就讀學位、學習語言與學歷採認方面。越南語已成為重要的橋樑讓學生及研究者可接觸與了解越南相關資訊。國中小學校陸續開設越南語課為第

1　2010年在外籍配偶照顧輔導基金的補助之下實施計畫稱為「母語傳承課程」。

二外語課程，大學校院也開始設立東南亞研究而其中越南語課程爲正式學分學程。在台灣學校學習越南語爲第二外語成爲普通的趨勢。

　　第三是越南新住民家庭成員及子女，學習越南語作爲溝通工具並建立平等的語言環境。台灣是一個多元文化組成的社會，來自越南、印尼、泰國等東南亞各國及其他國家的新住民，已經成爲台灣社會不可缺少的一部分，也豐富台灣的多元文化。根據內政部的統計，目前的國民中小學學生就學情形，105學年度越南新住民子女就讀國民中小學人數有79,884人，就讀國小者有47,169人，就讀國中者有32,715人（教育部，2017）。台灣政府也特別關注培養新住民子女的父（母）親母語能力，在新住民家庭建構平等的語言環境，鼓勵親子之間的文化互動，也培養新住民子女未來就業的優勢。

　　從以上所分析，當今學習越南語在台灣已成爲熱門的趨勢，學習越南語的對象豐富，數量也日益增加。在台越南語教學也因此成爲需要關注的問題，包含教學師資、教學教材、教學課程規劃等等，以滿足學習者的需求。本研究以國中小學之越南語教學、高中越南語教學與大專校院之越南語教學爲三個主要問題來探討在台越南語教學現況與發展趨勢。

二、國中小學之越南語教學

　　台灣跨國婚姻家庭的子女教育問題已成爲社會不可忽略的議題。根據教育部的統計，105學年度越南新住民子女就讀國民中小學人數有79,884人，占40.72%總人數 —— 其中就讀國小者有47,169人，占39.21%總人數；就讀國中者有32,715人，占43.11%（如表1）（教育部，2017）。

表2-1　104學年度新住民子女就讀國中小人數統計

國籍	總人數		國小		國中	
	人數	百分比	人數	百分比	人數	百分比
總計	196,178	100	120,284	100	75,894	100
中國大陸	77,027	39.26	50,123	41.67	26,904	35.45
越南	79,884	40.72	47,169	39.21	32,715	43.11
印尼	19,153	9.76	9,962	8.28	9,191	12.11
泰國	3,482	1.77	2,158	1.79	1,324	1.74
菲律賓	4,184	2.12	2,596	2.16	1,588	2.09
柬埔寨	4,161	2.28	2,360	1.96	1,801	2.37
其他	8,287	4.09	5,916	4.93	2,371	3.13

＊資料來源：教育部，2017

　　爲了促進與國際文教交流，增進多元文化理解並發揮新住民子女語言背景的優勢，教育部從這十幾年來很關注新住民子女的教育問題，以及新住民子女語言能力及跨文化溝通能力的培養。內政部在93年11月提出「外籍配偶照顧輔導基金收支保管及運用辦法」，在此第4條規定，「外籍配偶照顧輔導基金」爲推動整體外籍配偶照顧輔導服務，人力資源之培訓及發展，建構多元文化社會，整合政府及民間資源（內政部，2014）。教育部2014年所發布的十二年國教課綱總綱已將新住民語文列入國中小語文課程。從107學年度起，國小語文課程除了本土語言課（含閩南語、客家語、原住民族語）外還有新住民語（含東南亞國家語言）可供學童選讀。國中階段的語文課程也提供新住民語爲選修課程，高中職階段將把新住民東南亞語納入第二外國語推動。自2017年8月1日起將越南語列爲新住民語文課程之前，國高中小越南語課程主要由各政府機構、教學單位、新住民協會，等等，在教育部及內政部的指導與補助之下所執行。實施計畫主要進行相關的教學活動與學術研究活動爲了鼓勵新住民子女學習父母親的母語與促進新住民語文為第二外語教學過程。

　　到目前為止，台灣政府對越南語以及其他新住民語的推動政策有：1.外籍及大陸配偶子女教育輔導計畫、2.新移民子女教育改進方案、3.全國新住民火炬計畫、4.新住民語文樂學計畫以及5.107年即將之行之十二年國教課綱總綱語文課程。各執行計畫的具體措施如下：

(一) 外籍及大陸配偶子女教育輔導計畫

　　「外籍及大陸配偶子女教育輔導計畫」是93年「教育部補助執行弱勢跨國家庭子女教育輔導計畫」的名稱修正計畫，並於中華民國95年1月1日生效。

　　「外籍及大陸配偶子女教育輔導計畫」的主要目的為：1.規劃教育資源分配之優先策略，持續發揮實質效益；2.提供外籍及大陸配偶子女多元化資源，提升其課業基本能力；3.改善外籍及大陸配偶子女受教育條件，增進自我認同適應力；4.引導外籍及大陸配偶進入學習型社會，共創豐富之國際文化（教育部，2006）。

　　「補助執行外籍及大陸配偶子女教育輔導計畫作業原則」之主要辦理項目有：實施輔導活動方案、親職教育活動、舉辦國際日或多元文化週活動、辦理多元文化教師研習、辦理教育方式研討會等。計畫特別關注舉辦「多元文化週」或「國際日」活動，以建構豐富與多元文化社會，設計教材與教案，成為正式課程學習與教師研習之一部分，其中有開新住民母語的越南語班。這表示政府關心培養新住民子女學習父母親的母國語言與文化之開始。

(二) 新移民子女教育改進方案

　　教育部為積極落實對新住民子女的協助，盡量改進與增加新住民子女教育的相關政策。為因應新住民子女人數逐年成長，以符應新住民子女教育發展之需要，教育部在2009修正「外籍及大陸配偶子女教育輔導計畫作業原則」，訂定通過「新住民子女教育改進方案」，以符應新住民子女教育發展之需要。並從2010年開始補助學校開辦「母語傳承課程」，培養新住民子女聽、說（父）母之母語的能力（教育部，2009）。

「新住民子女教育改進方案」實施內容注重以下十個重點（教育部，2011）：1.實施諮詢輔導方案；2.辦理親職教育研習；3.舉辦多元文化或國際日活動；4.辦理教育方式研討會；5.辦理教師多元文化研習；6.實施華語補救課程；7.編印或購買多元文化教材、手冊或其他教學材料；8.辦理全國性多元文化教育優良教案甄選；9.辦理母語傳承課程；10.辦理全國性多語多元文化繪本親子共讀心得感想甄選。

教育部所執行的「新住民子女教育改進方案」的主要目的是為了發展新住民語文以及多元文化課程、多元文化活動，特別注重「母語傳承課程」的開設。方案內容強調「母語傳承課程」藉由開辦新住民母語之傳承課程，將新住民母語推動列入重點方針，讓新住民子女認同並樂於學習、運用其父（母）之母語，形成其另一語言能力優勢，增進國家未來之競爭力（教育部國教司，2009）。

「母語傳承課程」的具體做法包含鼓勵新住民父母親自己擔任母語教師，幫助這些新住民子女建立說（父）母之母語的信心，認同（父）母的文化。教育部從2010年開始補助學校開辦「母語傳承課程」，培養新住民子女聽、說（父）母之母語的能力。99學年度與100學年度接受教育部補助辦理母語傳承課程的學校，共計有新北市、台北市、桃園縣、新竹市、台中市、彰化縣、南投縣、嘉義縣、台南市、高雄市、屏東縣及宜蘭縣等十一個縣市之三十九所國小。課程的實施時間主要是在週末及假日時間為了避免影響學生正式課程的時間，每學期大約四十八小時（葉郁菁、溫明麗，2013）。因越南新住民子女人數比較多，課程主要以越南語為主。課程包含越南語語言能力學習以及越南社會文化知識量個內容。越南語語言能力內容含越南語字母、常用單字及簡單的句子，目的為培養學生的日常生活基礎會話。越南社會文化內容涵蓋越南文化體驗活動如越南美食欣賞、兒歌教唱、越南風俗習慣等課程內容，提升學生對越南文化的認識。教材由授課的母語講師自行編寫；課程內容的設計也依照教師的安排，學校之間沒有共用的教材。

　　「新住民母語傳承課程」實施過程也面對不少困境如：1.母語講師主要由新住民自己擔任因此專業能力不足；2.課程開放給所有新住民子女以及對新住民語文有興趣的學生，因此參與課程的學生程度不一；3.缺乏上課教材，課程內容主要由教師自己編寫。雖然遇到以上的挑戰，但「母語傳承課程」也達到一定的成果，包含：1.使新住民子女對東南亞語言和文化的了解不斷增強，對語言能力而言也慢慢地累積口語表達的能力；2.新住民家長因為擔任母語講師增加更多社會參與的機會；3.增進新住民語文講師與學校教師的協力合作，互相分享教學經驗與專業職能以互助新住民語文講師的欠缺（葉郁菁、溫明麗，2013）。

　　「新住民母語傳承課程」的實施表示教育部已特別關注新住民子女的語言能力優勢之培養問題。「新住民母語傳承課程」的實施是新住民語文學習的推動方式，為鼓勵新住民子女參與父（母）親的母語課程與增進新住民子女對父（母）親母國文化的理解。「新住民母語傳承課程」鼓勵新住民家長從擔任母語講師開始，不只善用新住民的語言優勢，而且還鼓勵新住民語文講師與學校老師協力合作分享經驗，培養新住民語文講師的教學能力。但計畫實施之前沒有做好師資、教材、學習對象、學習內容、課程目標規劃等方面的準備，因此影響到計畫執行的效果。「新住民母語傳承課程」的最大成就是推動新住民語言學習，特別是越南語學習，也是鼓勵新住民自己擔任新住民母語課程以及參與新住民語言教學師資培養的開始。

㈢ 全國新住民火炬計畫

　　「全國新住民火炬計畫」藉由內政部、教育部、各級學校及民間團體等之跨部會與跨域合作，共同提供全國新住民及其子女完整之文教生活輔導機制與單一窗口的全方位服務，「使其能於台灣穩定生活與長期發展，更希望培養民眾對國際多元文化之了解、尊重與國際文教交流之參與推動，同時，也為建立社會和諧共榮、追求社會公平正義、增進多元文化理解並促進健康幸福家庭的目標而努力，以營造繁榮公義的社會、建立永續幸福的家園，並與全球國際接軌發展」（內政部移民署，2012，2013）。「全國新住民火炬計畫」的具體目標包括：1.整合服務資源，落實關懷輔導；2.推動親職教育，穩健家庭功能；3.提供多元發展，建立支持網絡；4.推展多元文化，加強觀念宣導。

　　「全國新住民火炬計畫」執行期程為101年至103年，包含新住民多元文化活動及對新住民子女多元文化教育推動的各種不同的方式，其中特別注重新住民子女的「母語傳承課程」為了鼓勵新住民子女夫母親母語的學習。「全國新住民火炬計畫」重點工作包括以下具體的措施：

表2-2　「全國新住民火炬計畫」重點工作要項

項次	工作要項
1	成立推動委員會、中央輔導團、區域諮詢小組
2	建構區域輔導及各類合作夥伴網絡
3	補助地方政府推動專案業務費用
4	辦理幸福火炬行動關懷列車——多元文化幸福生活講座
5	辦理新住民多元文化宣導及業務推廣
6	火炬計畫成果研討、表揚績優人員及機關學校
7	辦理新住民幸福家庭生活短片競賽
8	辦理多元文化繪本親子共讀心得感想甄選
9	辦理新住民多元文化美食競賽
10	編印新住民語文學習教材及CD
11	辦理新住民及其子女培力與獎助學金

項次	工作要項
12	編製火炬計畫工作實錄
13	辦理新住民語文競賽
14	印製多語多元文化繪本
15	輔導活動
16	親職教育研習
17	多元文化或國際日
18	教師多元文化研習
19	華語補救教學
20	編印或購買多元文化教材、教學手冊及材料
21	母語傳承課程
22	多元文化教育優良教案甄選
23	教育方式研討會

資料來源：內政部，2013。

　　內政部與教育部於101年6月21日會銜函頒「全國新住民火炬計畫」，101年全國選定三百零四所新住民重點學校，分為六十萬元、四十萬元、二十萬元三類補助。計畫執行方式在教育部與內政部的指導之下，成立推動委員會，任務為核定直轄市、縣（市）政府之計畫補助、訂定本計畫之督導考核機制及執行。輔導團置成員二十四人，團長由移民署署長擔任，執行秘書由專案業務承辦人擔任（內政部移民署，2012，2013）。「母語學習課程」也是計畫所推動的重要措施之一，以「新住民簡易生活母語學習營」的方式進行，目標為提供新住民子女學習及運用其父（母）之母語，增進新住民家庭及其子女溝通之基本能力，以提升學生之生活表現，累積語言資產（台北市政府民政局，2013）。實施方式及內容跟之前「新住民子女教育改進方案」所執行的一樣，因此對於教師能力不足、學生程度不一、上課教材缺乏等問題還沒有被解決。但「全國新住民火炬計畫」這時除了推動新住民語文學習之外也開始注意到師資培訓的問題，鼓勵新住民子女學習父（母）親的母語之同時，計畫也鼓勵新住民父（母）親參與師資培訓課程爲了加強教學能力並未來能擔任新住民語文課程。這部分本章的下一節將解釋清楚。

綜合上述可知，教育部與內政部已深覺新住民子女教育的重要性，把新住民語文學習列入教育優先區範圍，特別補助各學校將「母語學習課程」開班。雖然東南亞新住民的語言這段時間還沒有正式成爲國中小的語文課程其中之一，但也表示東南亞新住民語文特別是越南語已開始被重視。台灣早期對新住民的輔導策略傾向文化融合的觀點，教育部從99學年度「新住民子女教育改進方案」以及101年「全國新住民火炬計畫」開始推動新住民的母語傳承課程，鼓勵新住民子女除了學習主流社會的語言和文化外，還要培養父（母）親母語的語言能力以及跨文化溝通能力。所以在此階段，國中小的新住民語文課程，特別是越南語課程主要由教育部與內政部的補助計畫，有得到補助的學校可實施開班與招生，而不是各學校都有機會執行。課程開放給新住民子女及對新住民語文有興趣的學生都可參與而沒有一定的條件，至少也會影響到上課的效果。「全國新住民火炬計畫」對新住民語文學習推動的貢獻在於計畫執行期間，越南語母語課程在很多國小學校有開班，母語教學師資培養課程也開始規劃與有規模、有系統性地舉行。

㈣ 新住民語文樂學活動實施計畫

教育部國民及學前教育署（2015）爲配合新住民語文列爲語文領域課程綱要的實施，特於2015年3月推出「教育部國民及學前教育署推動新住民語文樂學活動實施計畫」以結合學校特色，採有效教學策略，精進新住民語文實施內涵。計畫的實施方式包括：1.辦理新住民語文樂學營隊；2.辦理新住民語文課程學習；3.家庭親子共學社群；4.辦理暑期多元文化跨國體驗學習活動，以生動、活潑及創新，以協助學生樂於體驗學習新住民語文（教育部國教署，

2015）。計畫實施期程共兩年，從2015年4月到2017年12月，目前還在進行中。實施對象為小規模試辦，由各直轄市、縣（市）政府鼓勵並擇轄內國小二所或國小及國中各一所試辦，其中學校新住民學生人數須超過一百人或需超過該校學生十分之一，以招收轄區內之新住民學生參與為原則。

新住民語文師資以學校或所在區域之新住民為主，學校教師為輔助的協同教學方式。教材方面以內政部及教育部103年共同開發之五種東南亞語含中越、中印、中泰、中緬、及中柬版的新住民語文生活教材為主，或由教授母語教師自編或補充教材為輔，提供學校作為新住民語言及文化傳承課程教學參考使用（教育部國教署，2015）。

教育部國民及學前教育署推動新住民語文樂學活動實施計畫的目的為使新住民子女認同並樂於學習及運用母國語言及文化，了解自身的文化及語言優勢，並從母國語言學習中，擁有自信及成就感，進而培養成為國際視野及多語能力人才，使之成為台灣社會的新力量（教育部國教署，2015）。

「新住民語文樂學活動實施計畫」目前已經實施了一年。計畫執行過程中產生一些問題如接受補助學校所提計畫內容為何，實施績效如何，如何永續發展、擴大影響力，是否可以延伸到十二年國教課綱新住民語文科目的教學實施等問題（黃政傑，2015）。計畫執行也限於符合條件的學校，主要針對新住民子女的對象，執行方式與目標也跟之前新住民母語傳承課程的有些相同，計畫執行範圍小，沒有廣泛性與系統性的規模。雖然如此，「新住民語文樂學活動實施計畫」已經繼承了之前所推動新住民語文學習，特別是越南語教學的目標與發展趨勢，積極地鼓勵與推廣新住民語言文化學習，為107年實施十二年國教課綱新住民語文科目做了基礎的準備。

㈤ 十二年國教課綱總綱語文課程

為了建設具有長期穩定的語言學習環境、發揮新住民子女的跨文化成長背景優勢，教育部特於十二年國民基本教育課程綱要總綱，將新住民語文列爲「語文」領域課程之一。課程綱要將國語文、本土語文、新住民語文、英語文及第二外國語文皆列爲「語文」領域。其中，新住民語文以東南亞國家語文爲主，國民小學階段，學生將從本土語文及新住民語文中，依其需求任選一種必修，每週一節。國民中學及高級中等學校階段將新住民語文列爲選修，依學生需求於彈性課程開設（教育部，2016）。「新住民語文樂學活動實施計畫」在104-105年推動國小越南語及其他東南亞語學習班是爲了準備好107學年度新住民語文課程實施條件。

　　十二年國教課綱總綱的發布對新住民語文推動的過程是一個很大的改變，從之前只能在特定的學校開課到廣泛在全國各學校開課，從只針對新住民子女爲學習對象到可開放給全校有興趣的學生都可以參與，從小規模的執行已成爲有系統性的執行規模，從依靠政府機構及社會組織的補助才能實施到稱爲正式的語文課程，從只能在週末或假日時間開課爲了避免影響到其他正式課程到可以在正常上課的時間進行，從學生程度不一的新住民母語班到可依照班級程度上課等改變。此外，爲了十二年國教課綱總綱國中小新住民語文實施的準備，教育部也特別關注培養新住民語文教師的教學專業能力之問題，特別規劃有關新住民語文教學人才培訓課程的實施措施。教育部的政策雖然目前還在準備過程當中，但明顯表示已開始解決先前計畫在推動新住民語文課程所遇到的困難，如師資、教材、上課時間、上課對象，等等，爲政策執行之前做全面性與系統性的準備，也是新住民語文學習推動的新開始。

三、高中越南語教學

　　教育部所執行的新住民語文學習推動計畫主要以國小及國中學校配合執行。至於高中學校，所開設之越南語課程之學校還少，主要是提供學生自由選修，選課人數足夠才決定開班，學習者大部分皆非新住民子女。根據高級中學第二外語教育學科中心的統計，103學年度第一學期全台灣高級中學成功地開設越南語班有二十一班，共有三百八十三學生選修，103學年度第二學期有二十五班，共有四百四十五學生選修，104學年度第一學期全台灣成功地開設越南語班有十四班，共有三百零九學生選修（表2-3）（高級中學第二外語教育學科中心，2016）。

表2-3　104-1學年度高級中學開設越南語班學校統計

學校名稱	開班數量	人數
國立東石高級中學	1	30
國立暨南國際大學附屬高級中學	1	24
嘉義市私立嘉華高級中學	1	35
台南市私立聖功女子高級中學	1	19
國立中科實驗高級中學	1	34
台北市立成功高級中學	1	12
新北市立樹林高級中學	3	50
新北市立清水高級中學	2	38
桃園市立南崁高級中學	1	22
高雄市立路竹高級中學	1	30
高雄市立文山高級中學	1	15
總計	14	309

＊資料來源：高級中學第二外語教育學科中心網站，2016。

　　統計資料表示104學年度第一學期全台灣高級中學成功地開設越南語班的數量與前年有減少的情形，而有開課之學校主要分布在大城市的學校，如：國立學校中有國立東石高級中學、國立暨南大學附屬高級中學；私立學校中有嘉義市私立嘉華高級中學、台南市私立女子高級中學；直轄市學校有台北市立成功高級中學、新北市立清水高

級中學、新北市立樹林高級中學、實驗中學則有國立中科實驗高級中
學（表3）（高級中學第二外語教育學科中心，2016）。針對高級中
學所開設之越南語選修課程，教育部也將針對具備語文能力優勢學
生，參加青年署國際志工、國際交流活動可優先被錄取，甚至未來在
升大學時，擁有第二外語的孩子能得到特別考量，讓新住民子女在就
學階段即儲備未來就業與全球移動的國際競爭力，並鼓勵高中學生積
極地參與選修越南語課程。如果國中小階段越南語課程開課目的主要
是培養學生的基礎溝通能力以及對越南社會文化有具體的體驗，在高
中階段就開始把新住民東南亞語納入第二外國語推動，目的為培養學
生的語言能力及跨文化溝通能力，養成未來就業的優勢之一，以滿足
未來國際市場的人才需求。這也就是國高中小學校越南語文課程的未
來發展趨勢。

四、大專校院之越南語教學

　　在教育部的大力推動東南亞新住民語文課程的背景之下，大專院
校區域教學資源中心也新增東南亞語課程，讓對東南亞語文有興趣的
學生都有修習機會。自2010年教育部的調查顯示，在台灣已經有多
所大專院校開辦越南語課程可分為三大類型，其一為大學第二外語選
修課程，其二為大學外語中心為外語進修班，其三為大學越南語學士
學位學程（圖1-1）。

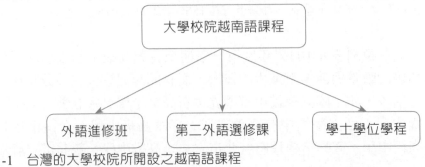

圖1-1　台灣的大學校院所開設之越南語課程

　　其一，有很多學校把越南語爲第二外語選修課開放給大學生選修。例如，國立屏東科技大學應用外語系、國立雲林科技大學管理學院、國立台灣大學文學院日本語文學系、國立空中大學數位外語學苑、國立暨南國際大學東南亞研究所國立成功大學通識中心及A1國際語言課程、文藻外語學院應用華語文系的越南文與越南文化系列課程，等等。各學校都把越南語、越南文與越南文化分爲（上）、（下）兩學期課程的課程。越南語課程目的是介紹給學生越南語的語音系統，幫助學生訓練基礎的交際能力。主要內容是訓練越南語的發音包括越南語的母音、字音、聲調以及基礎越南語會話主題：人稱代詞、打招呼方式、自我介紹年齡、職業、國籍家庭、問時間的方式、買東西、討價還價、交通工具、方向、天氣、越南的飲食等主題，並訓練學生越南語日常用詞、越南語的基礎語法結構。越南文與越南文化課程的目的是向學生介紹越南文化的相關知識，把越南語及越南文化做連結，如越南人的日常生活習慣與日常用語、飲食習慣與用語，等等，讓學生對越南不只在語言方面而在文化也有一些了解。此外，越南語兩學期選修課程還配合其他的計畫或活動，如與在台越南人從事語言交換、選修其他相關課程、參與越南文化週等學習活動，作爲學生滿足通識門檻的選擇之一。

　　其二，除了在大學校院開設越南語爲第二外語選修課之外，有一些大學的外語中心也開設越南語課程爲推廣教育外語進修班，開放給學校學生以及社會人士來修讀。課程並沒有算學分而結束後會有結業證書。課程內容主要是訓練學習者的越南語基本會話，著重基礎生活交流的能力，或根據學習者的具體需求而提供相關知識爲鼓勵社會人士選擇修習，如國立成功大學的越南語會話課程，國立政治大學的初級、中級越語、中級越語會話、越語新聞（閱讀）、越語應用文寫作組成的紮實語言訓練。大部分課程都在晚上時間或週末時間進行爲了配合學習者的時間。

　　其三，是大學越南語學士學位學程，目前有高雄大學東亞語文學系越南語組的課程。高雄大學東亞語文學系越南語組更是具有以升學、就業和雙軌三導向設計的完整越南語學士學位學程。升學導向包含越南語習作練習、越南語言文學、越南專題研究、越南語教學法等屬於研究型的課程課程。就業導向包含越南語會話、越南語聽講實習、越南經貿概論、商業越南語、越語商業書信等，屬於實務型課程。雙軌道向包含越南語發音、初級、中級、高級越語、越語翻譯、越語能力檢定等，屬於基礎課程。課程也根據學生程度而分為大一到大四的不同課程（高大東語系網站，2016）。

大一課程包含越語語法（升學）、初級越語會話（一，二）、越南政治概論（就業）、初級越語（一，二）、越語發音、越南地理、越南歷史、越南文化概論（雙軌）作為開端。

大二課程包含進階越語語法（一，二）、越南近現代史、越語習作練習（升學）、中級越語會話（一，二）、越語聽講實習（一，二）、越南經貿概論、越南企業經營管理（就業）、中級越語（一，二）（雙軌）等進階課程，銜接大三出國實習和交換，為國外生活做準備。

大三應出國留學半年到一年，不便出國之大三生則有越語習作（一，二）、越南文學選讀（升學）、高級越語會話（一，二）、高級越語聽講實習、商業越語會話、越語商業書信、觀光越語、越語溝通技巧（就業）、高級越語（一，二）、越語新聞選讀（雙軌），對應國外正規生之授課內容。

學生歸國後的大四課程就以專題撰寫、發表的進階理論課程包括越南專題研究（一，二）、進階越語習作、東亞語文實作（越語）、越南語言學概論、越語教學法、越南喃字概論（升學），以及就業準備的越語口譯（一，二）、越南產業概論、校外實習（一，二）（就業）和新聞越語聽力練習、台越關係概論、越語能力檢定實習（雙軌）之綜合能力養成等課程完善具學術、就業的全方位越語人才為畢業目標。

課程也根據大學生對象分為一年級到四年級的必修課與選修課，包含初級、中級、高級越語（一，二）、越南專題研究（一，二）、東亞語文實作（越語）等為必修課程。此外，駐台北越南經濟文化辦事處與高雄大學東亞語文學系聯合共同簽署「台越交流法商菁英人才培育學程」，為了鼓勵台灣學生進修越南語相關課程，修滿規定科目學分可獲得越南官方認證之學程證書。

　　目前，各大專院校區域教學資源中心積極地進行新增東南亞語課程，讓對東南亞語文有興趣的學生都有修習機會。教育部所提出的「教育部鼓勵國內大專校院選送學生出國研修或國外專業實習補助要點」，一部分特別提供「學海築夢」計畫為給赴越南大專校院研修或企業的學生，為了培養具有國際視野及越南實務經驗之專業人才，開發台灣學生對越南的交流與合作活動。大學校院的越南語教學在教育部的支持之下不斷地開設新越南語及越南文化之相關課程，除了滿足有興趣學習東南亞語文的需求者，還鼓勵台灣學生具備多語言優勢為未來尋找工作機會的準備。

五、結語

　　總之，到目前為止，國中小學校所開設之越南語課程主要以內政部移民署以及教育部的補助計畫為主要執行計畫，包括外籍及大陸配偶子女教育輔導計畫、新住民子女教育改進方案、全國新住民火炬計畫、新住民語文樂學計畫。此外，還有各縣市民政局受教育部其他計畫補助或自行指示轄下機關辦理之生活越語班、越語體驗班等，教學方式取決於辦理人員，無既定運作模式。因接受補助學校數量有限，而大部分國中小學沒有辦法開設東南亞新住民語文課程，甚至有接受補助之學校的實施績效如何也沒有具體的檢測。各執行計畫仍然要面對師資、教材、學生的學習動機等問題。經過多年指導與補助各計畫實施開設新住民語文（特別是越南語）學習班，鼓勵與推動國中小學校共同配合執行，教育部已從計畫的實施方式改成正式的政策，將新住民語文（其中有越南語）列為正式語文課程，讓學生可自由選課，各國中小學校都可開班。這是十年來新住民語文推動過程的最大改變，也表示未來東南亞國家之語言在台灣的新發展趨勢，特別是具有新住民子女學習人數相當多的越南語。

　　至於高中職的越南語課程發展趨勢主要以第二外語選修課的方式推動，以鼓勵學生除了英語之外可以多學另一種語言，培養自己的多語言能力以及跨文化溝通能力，成為未來就業的優勢以及滿足市場的人才需求。大專校院的越南語課程發展方向，除了以第二外語的選修課為擴展目標之外，還鼓勵學生進修為學分學程課程，並鼓勵學術交流、留學活動等除了增進學生對越南的了解還幫助學生把握新的工作機會。此外，如果國中小的越南語課程內容是培養學生的日常生活基礎會話能力以及對越南文化的實際體驗，高中職及大專校院課程內容則注重培養學生的聽說讀寫能力的同時也培養學生對越南社會文化相關知識的了解，以及語言及專業能力的配合。這就是目前台灣越南語教學的發展趨勢。

參考文獻

內政部（2014），全國新住民火炬計畫行動方案：新住民語文師資培訓計畫。內政部台內移字第10209562392號；教育部台教授國部字第1020065765A號。

內政部（2012b），內政統計通報102年第14週──我國15歲以上人口教育程度統計。http://sowf.moi.gov.tw/stat/week/list.htm。

內政部（2013），全國新住民火炬計畫行動方案：新住民語文師資培訓計畫。內政部台內移字第10209562392號；教育部台教授國部字第1020065765A號。

內政部（2015），全國新住民火炬計畫行動方案：新住民語文師資培訓計畫。內政部台內移字第10209562392號；教育部台教授國部字第1020065765A號。

杜昱潔（2007），全球化趨勢下政府部門人力資源管理的調整。國家文官學院*T&D*飛訊，54，1-11。

高級中學第二外語教育學科中心（2016），104學年度第1學期高級中學開設第二外語學校、班別及人數統計表。取自：http://www.2ndflcenter.tw/class_detail.asp?classid=61

教育部（2006），外籍及大陸配偶子女教育輔導計畫。取自：http://gazette.nat.gov.tw/EG_FileManager/eguploadpub/eg012045/ch05/type2/gov40/num1/Eg.htm

教育部（2009），教育部部務會報通過新移民子女教育改進方案。取自：http://epaper.edu.tw/news.aspx?news_sn=2372

教育部（2011），新住民子女教育。中華民國教育年鑑，5(2)，409-418。

教育部（2016），107學年度新住民語文課程實施相關規劃。取自教育部網站：http://www.edu.tw/News_Content.aspx?n=9E7AC85F1954DDA8&s=3AED9D9B0382BFA8。

教育部（2017），105學年度新住民子女就讀國中小人數分布概況統計。台北。

葉郁菁、溫明麗（2013），〈台灣國民小學東南亞母語傳承課程實施現況與政策建議〉，教育資料集刊，57。

鍾燕宜、謝曉琪（2012），全球化時代的人才培育新思維。國家文官學院*T&D*飛訊，135，1-17。

第三章

「漢越詞」及「漢語詞」詞義對比以及台灣人透過漢越詞學習越南語的利與弊

阮福祿

胡志明市師範大學中文系副主任

一、前言

　　從第二語言獲得角度來看，在學習第二語言時，「學習者會盡力將這一新的知識歸入已有的的第一語言知識中」[1]，同時，「在詞彙方面，如果一種語言中含有大量的外來詞，而這些外來詞恰好來自學習者的母語，那麼學習這樣的一種語言就要方便得多」[2]。由此可見，第一語言在第二語言學習中扮演極為重要的影響。對台灣和越南學生來說，這種現象體現得更為突出，因為在越南語中存在著大量與漢語詞密不可分的漢越詞，占越南語詞彙的60%以上。這些源於漢語的漢越詞幾乎已「天衣無縫」地融入到越南語詞彙系統當中。這無疑給學習越南語的台灣人提供了一個極為有利的條件。然而，在帶來方便的同時，漢越詞也會給台灣學習者設了一個個難以發現的「陷阱」，一不小心就會陷進去，當台灣學生利用「現成」的漢語詞直接轉換成漢越詞的時候，經常說出一些令人覺得莫名其妙的「似越非越」的詞語，造成交流障礙。由此可見，第一語言在第二語言學習中扮演極為重要的影響。

　　為更深入地了解漢越詞如何影響台灣人學習越南語，它在學習中起的是「正面」還是「負面」作用，我們一起看看漢越詞和漢語詞詞義之間的關係。

　　分析漢越詞和漢語詞在詞義上的異同，可以歸納成以下三種類型：

　　　1.漢越詞與其相對應的漢語詞詞義基本相同
　　　2.漢越詞與其相對應的漢語詞詞義同中有異
　　　3.漢越詞與其相對應的漢語詞詞義不同

---

[1]　靳洪剛，《語言獲得理論研究》，中國社會科學出版社，1997年。
[2]　【加】W.F.麥基，《語言教學分析》，北京語言學院出版社，1991年。

二、詞義基本相同

　　詞義基本相同是說漢越詞的理性義、語法義與相對應的漢語詞的理性義、語法義相同。

㈠總體描述

1.詞義內容

　　從詞義內容來看，這些詞反映人類生活中各個方面，從傳統道德、宗教信仰、社會、文化、教育、經濟、軍事、法律、科學等到人本身的方方面面，如家庭關係、社會角色、容貌、性格品德、情感態度、動作行為、衣食住行，可以說是極為豐富，包羅萬象無所不及。從這些詞的分布來看，我們能發現其中存在著兩個較為突出的部分：一部分所反映的概念是跟古代東方封建思想體系有較密切關係的；另一部分所反映的事物和概念相比之下是比較新的，跟現代社會、現代思想、科技等關係更為密切，這些詞主要是在越南需要發展現代社會、發展現代科技時借用的。

　　例如：反映封建社會、傳統道德、傳統節日、習俗。

朝廷triều đình　　　　　　朝政triều chính
綱常cang thường　　　　　倫理luân lí
守節thủ tiết　　　　　　　仁義nhân nghĩa
羅漢la hán　　　　　　　　菩薩bồ tát
道士đạo sĩ　　　　　　　　修練tu luyện
端午đoan ngọ　　　　　　　清明thanh minh

反映科學、政治、行政、軍事、經濟、法律等帶有現代色彩的詞。

教育giáo dục　　　　　　　社會xã hội、

法律pháp luật　　　　　宗教tôn giáo

警察cảnh sát　　　　　　失業thất nghiệp、

進化tiến hoá　　　　　　總統tổng thống、

行政hành chính　　　　　工業công nghiệp、

農業nông nghiệp　　　　商業thương nghiệp

2. 詞的詞性

在「基本相同」類，名詞占大多數，其次是動詞、形容詞。這除了因為名詞本身數量龐大，是詞彙中的「大哥大」[3]以外，更值得注意的是名詞本身的詞義特點。名詞所表達的除了抽象概念，有很大一部分是表示具體的，意義比較單一的物質、時間、方位等概念。因此，相對來說固定性較強，特別是名物詞和術語。

(二)「基本相同」中的差異

如果說漢越詞和與其相對應的漢語詞是「相同」，那只是停留在詞典的解釋，是一種「靜態」的對比，但語言是活的，所以還有必要考慮這些詞在實際交際中的一些問題。經進一步深入對比，我們發現，在實際運用中，有部分詞仍存在一些不同之處，其中較為突出的有以下幾個現象：

1. 語體色彩上的差異

(1)現代漢語是口語或中性的語體色彩，但漢越詞是書面語

這種情況是最常見的，是主要趨向。在現代漢語中，這些詞具有口語或是中性的語體色彩，但在越語中則是帶有明顯的書面語色彩，這也是漢越詞本身的一個突出的特點，例如：

3　王玨，《現代漢語名詞研究》，華東師大學出版社，2001年。

可愛khả ái	同事đồng sự
童話đồng thoại	冠軍quán quân
孤兒cô nhi	飲食ẩm thực
重要trọng yếu	衣服y phục

　　這些詞大部分在越語中同時還有另外的表達方法，這種表達方法可能是純越詞、古漢越詞，或源於其他途徑的詞彙，例如：ngoại ngữ外語、địa cầu地球、thảo nguyên草原等，往往有更為口語的表達方式：tiếng nước ngoài（外語）、trái đất（地球）、đồng cỏ（草原）。跟純越語此相比，一般來說漢越詞都帶有書面語色彩。

　　學習越語的台灣學生會說出一些讓越南人覺得過於迂腐的句子，主要體現在用詞選擇方面，例如：

1. Năm nay **phụ thân** của tôi đã hơn tám mươi rồi.
   我**父親**今年已經八十多了。（我**高堂**今年已經八十多了。）
2. Em bé muốn bắt một con **hồ điệp**.
   小孩想抓一隻**蝴蝶**
3. Mặc dù có một số ý kiến bất đồng, nhưng quan hệ giữa họ vẫn rất **hoà mục**[4].
   雖然有一些不同意見，但他們之間的關係仍然很**和睦**。

　　在越南語中，「父親」、「和睦」都是舊詞，而「蝴蝶」不僅是舊詞而且帶有濃郁的文學色彩，人們幾乎不會用「蝴蝶」來指大自然中的「翅膀闊大，顏色美麗，靜止時四翅豎立在背部，腹部瘦長的昆蟲」。因此，在越南人看來，說出這樣句子的人無異於中國人眼中的現代孔乙己。

4　一部分例句有是選自越南語專業三、四年級的中國學生作業。

(2)古為今用：漢古―越今

有些詞在現代漢語中是書面語，或是帶有極強書面語色彩的舊詞，適用範圍小，但與其相對應的漢越詞在越語中則是很普通的詞，有的還是極為常用，口語性強的詞，如：

名帖danh thiếp　　　　卒業tốt nghiệp
潤筆nhuận bút　　　　苦楚khổ sở
愕然ngạc nhiên　　　　穿鑿xuyên tạc
盛饌thịnh soạn　　　　遊學du học

這種情況可以解釋為：某詞在漢語詞彙系統中產生了一個表示相同意義的新詞，舊詞逐漸退出使用舞台而在越語中卻沒有產生意義相同的詞，越語把該詞作為表達此概念的主要語言符號，有的甚至是唯一的語言符號，那麼在越語中該詞仍然是個常用詞，而在漢語卻成為不常用的書面語詞。

2. 詞的搭配不同

漢越詞和與其對應的漢語詞在意義上相同，這包括詞的理性義和語法義，在詞典的釋義中和實際使用中基本上是相同的，只有在個別地方搭配有所不同，不是在所有情況下都可以直接替換使用，而通常是用另外一個詞或選擇另一種表達方式。因為每一種語言都會有自己的語言搭配習慣，漢―越語言習慣的不同必然會造成有詞義基本相同的漢越詞和漢語詞在複雜的語言實際運用中的差別。例如：漢語可以說「空中小姐」、「人才市場」，但越語中「không trung（空中）」不能和「tiểu thư（小姐）」搭配，「nhân tài（人才）」也不能和「thị trường（市場）」連用。為表達這些概念，越南語中會選擇另一種語言形式來表達：「tiếp viên hàng không」（航空接待員）、「thị trường lao động」（勞動市場）。

正因為有不同的搭配，台灣學生可能會出現詞語搭配的偏誤，例如：

Anh chờ tôi một tí nhé, tôi đi nộp **tiền thủ tục**.
你等我一下啊，我去交**手續費**。

　　在越南語中，一般不說「tiền thủ tục（手續費）」而常用「lệ phí（例費）」來表達，所以對以上的說法越南人是難以理解的。

3. 口語中用法不同

　　越語中有些漢越詞在口語中人們常常簡略，用其中的一個語素來表達，增強口語色彩，漢語中也有類似的現象。兩種語言中出現這種現象的詞有時是相對應的，例如：「翻譯（phiên dịch）」、「嚴禁（nghiêm cấm）」、「慶祝（khánh chúc）」、「報紙（báo chí）」等，在兩種語言中均能被說成「譯（dịch）」、「禁（cấm）」、「祝（chúc）」、「報（báo）」。但有時並不一定對應，如：「感冒（cảm mạo）」、「龍眼（long nhãn）」、「胡椒（hồ tiêu）」、「枉費（uổng phí）」等，在越語中常被「感（cảm）」、「眼（nhãn）」、「椒（tiêu）」、「枉（uổng）」所代替，而現代漢語無此表達方式，所以當越南人說出這樣的句子台灣人就無法理解：

1. 我被**感**了。（我**感冒**了。）
   Tôi bị **cảm** rồi.
2. 張小姐買了5斤**眼**。（她買了5斤**龍眼**。）
   Cô Trương mua 5 cân **nhãn**.

　　反過來，在漢語中也有一些詞有單音節用法而與其相對應的漢越詞則不能這樣用，如：「猛烈（mãnh liệt）」「熟練（thục luyện）」，在漢語口語中可以說成「猛」、「熟」，但越語中「mãnh」、「thục」就不能單獨使用，這也會使台灣學生說出一些讓越南人覺得莫名其妙的句子。

三、詞義基本不同

詞彙是語言中最活躍的要素，永遠處在不斷變化的狀態中。漢越詞歷史悠久，在從漢語詞彙系統借到越語詞彙系統裡的長期發展演變的過程中，不僅要受語音、語法、修辭等語言因素的影響，也受兩國之間的社會、生產發展、人們的思維方式等各種非語言因素所制約。因此，經過漫長的演變過程有相當一部分漢越詞的詞義跟現代漢語詞義已經是「面目全非」，它們之間除了語音上保持相對應的形式以外，意義上已經沒有直接聯繫。

(一)「詞義基本不同」的基本類別

將與其相對應漢語詞爲參照，經對比分析，我們可以把這類漢越詞分爲兩大類：詞性不變和詞性發生變化。

1. 詞性不變

詞義不同是就詞的義項而言的，即二者的指稱對象不同，表示的對象特徵也不同；或者雖然它們有同樣的適用對象但表示的對象特徵迥異。這裡包括名詞、動詞、形容詞、副詞、連詞等。例如：

(1)名詞

漢越名詞和與其相對應的漢語名詞之間的詞義有的是適用對象不同類，表示對象特徵也完全不同，如：「外商（ngoại thương）」漢語中所指的是「外國商人」，越南語中指的是「對外貿易」。然而，有的雖然特徵有相同之處，但適用對象完全不同，如：「獸醫 thú y」，漢語中和越語中都是名詞，漢語中「獸醫」的適用對象是「醫生」，特徵是「治療家畜、家禽等疾病」，而在越南語中「thú y」（獸醫）的特徵雖然相同，但其適用對象則是「學科、門類」。如果不了解兩者之間的差別，台灣學生可能會說這樣的句子：「anh ta là **thú y**」（他是獸醫），這雖然符合漢語的語言習慣，但在越語中則不存在。

　　(2)動詞

　　最常見的情況是漢越動詞和漢語動詞雖然有相同的適用對象，但兩者所表示的行為動作特徵完全不同，比如：「訪問（**phỏng vấn**）」，在越語和漢語中都有同樣的適用對象是「人」，但漢語「訪問」所表示的動作行為是「有目的去探望人並跟他談話」（viếng thăm），因此台灣學生想表達「台灣領導**訪問**歐洲各國」的時候，很可能說成「Lãnh đạo Đài Loan phỏng vấn các nước Châu âu」這樣的病句，其實在越南語中「phỏng vấn」（訪問）的意義相當於漢語的「採訪」，所以在越語中有trả lời **phỏng vấn**（回答採訪），tiếp nhận **phỏng vấn**（接受採訪）等說法。有這樣類似這種關係的詞還還有很多，如：「服役（phục dịch）」（伺候）、「默念（mặc niệm）」（默哀）、「交涉（giao thiệp）」（交際）、「和解（hòa giải）」（調解）、「取消（thủ tiêu）」（暗殺、消除）等。

　　(3)形容詞

　　漢越形容詞與對應的漢語形容詞的適用對象不同類，表示的對象特徵也不同：如「豪華（hào hoa）」在《現代漢語詞典》中解釋為：①（生活）過分鋪張、奢侈；②（建築、設備或裝飾）富麗堂皇、十分華麗[5]；而在《越語詞典》中則解釋為：「為人處世、交際中表現大方、有紳士風度」[6]（相當於漢語的「風流倜儻」）。「平坦（bình thản）」（坦然）、「柔弱（nhu nhược）」（懦弱）、「清潔（thuần khiết）」（清高、純潔）、「容易（dung dị）」（平易近人）等，也存在相同的情況。

5　《現代漢語詞典》2002年增補本，商務印書館，2002年。

6　【越】《越語詞典》2002版，峴港出版社，詞典學中心，2002年。

　　與此同時，也有一部分漢越形容詞和漢語形容詞有相同的適用對象，但所表現出的對象性狀完全不同，如：「魁梧（khôi ngô）」，因爲在漢語和越語中，「魁梧」的適用對象都是「人」，因此在兩種語言中都可以說「他很**魁梧**」「anh ta rất **khôi ngô**」。其實，它們所傳達的關於「他」的「資訊」是截然不同的，前者所表達的是「（身材）強壯高大」，而後者所表達的是「長相英俊，顯得聰明」。

2. 漢越詞和相對應漢語詞詞性轉移

　⑴動詞轉爲名詞

　　漢語是動詞，與此相對應的漢越詞是名詞，占數量最多，如：

　　「審判（thẩm phán）」，漢語中指的是「審理和判決」，越語中是「審理和判決的人」，即「審判員」，可見，漢越詞和漢語詞所指的對象完全不同。

　　與此相同的還有：

監考——giám khảo（監考人員、評委）
輔佐——phụ tá（助理）
屠宰——đồ tể（屠夫）
回門——hồi môn（嫁妝）
麻醉——ma túy（毒品）

　⑵名詞轉爲形容詞

　　漢語中是名詞，與其相對應的漢語詞是形容詞

　　從某類人轉化爲那類人所特有的特徵：漢語名詞所表示的是帶有某種特徵的某一類人，與其相對應的漢越形容詞表示的是這類人所特有的那種特徵的性質或與其有密切聯繫的某種性狀。比如：「奸雄（gian hùng）」漢語中，「奸雄」所表示的是「用奸詐手段取得大權高位的人」，在越語中則是「有野心，奸詐，手段狡猾，不擇

手段為了得到大權高位」。因此，在越語中可以說「曹操是個**奸雄**的人」「Tào Tháo là một kẻ **gian hùng**」，但漢語中只要說「曹操是個**奸雄**」就足以表達以上內容。武夫——vũ phu（粗暴，魯莽）、權貴——quyền quí（高貴的，貴族的）等詞是屬於這一類型的。

(3)名詞轉為動詞

漢語中是名詞，與其相對應的漢越詞是動詞

「祭禮（tế lễ）」，漢語中有兩個義項：①祭祀或祭奠的儀式、②祭祀或祭奠用的禮品，越語中的「祭禮（tế lễ）」被解釋為「祭祀」。這樣如果直接把「準備**祭禮**」翻譯成越南語的「chuẩn bị **tế lễ**」是不準確的，就會被誤解為「準備祭祀」。

與此相同的還有：

內助—— nội trợ

(4)動詞轉為形容詞

漢語詞是動詞，與其相對應的漢越詞是形容詞，其中較為突出的是漢語詞表示某種動作行為而漢越詞反映出的則是該動作行為的結果或某種性質，如：「摧殘（tồi tàn）」，漢語所表達的是「使……蒙受嚴重損失」，而漢越詞「tồi tàn」所表達的是「摧殘」的一個結果：「破爛」。因此越語中常有「衣服**摧殘**」「quần áo **tồi tàn**」（衣服破爛）、「房子**摧殘**」「nhà cửa **tồi tàn**」（房子破舊）等類似的說法。又如：「混雜hỗn tạp」，漢語中動詞「混雜」指的是「混合攪雜」，越語中形容詞「hỗn tạp」表示的是「混雜」的結果：「雜亂」，所以沒有「**混雜**男女」、「**混雜**一下」、「進行**混雜**」[7]等說法。

---

[7]　例子選自《現代漢語實詞搭配詞典》，商務印書館，2002年。

四、詞義同中有異

　　這部分所談的是另一種情況，也是漢－越語言學習者最難掌握並容易產生運用上的錯誤的部分──「詞義同中有異」：漢越詞與對應的漢語詞在詞義上有一些共同的地方，也有一些不同之處，反映出它們之間的意義關係錯綜複雜、交叉對應的情況。詞義的同中有異，以詞爲單位，表現爲義項的增減；以詞的一個義項爲單位，表現爲詞義的擴大與縮小。

㈠義項增加與減少

1. 義項增加

　　漢語詞彙進入越語以後，在原有詞義的基礎上，詞義進一步發展，產生了新的義項。例如：「才子（tài tử）」，漢語中只有一個義項「指有才華的人」，越語中除了保留漢語原來的義項以外，又增加了「有才華的的演員」；「非專業的，業餘的」、「（做事情）不專心，隨著自己的興趣」等義項，而且這些義項更爲常用：

1. …giống như giới **tài tử** điện ảnh Mỹ đòi thù lao vài chục triệu Đô cho mỗi phim.
   ……就如美國電影**才子**界要片酬每部電影幾千萬美元。
   （……就如美國電影演員們片酬勞每部電影幾千萬美元。）
2. Đây chỉ là một nhóm diễn viên kịch **tài tử.**
   這只是一個才子話劇演員社團。
   （這只是一個業餘的話劇演員社團。）
3. Vốn thông minh, học **tài tử,** nhưng mấy ngày này cô vẫn phải vác sách lên thư viện.
   原本聰明，學習**才子**，但這幾天她還是得扛著書去圖書館。
   （原本聰明，學習不怎麼認真，但這幾天她還是得扛著書去圖書館。）

　　漢越詞義項的增加並不是無中生有，大部分是原有詞義引申的結果。如：「襤褸lam lũ」，漢語中義項為「（衣服）破爛」。越語增加了「辛勞，生活辛苦、困難」。從衣服破爛，可以想像這種結果產生的原因：「辛勞，生活辛苦、困難」，這是由於詞義引申而產生的新的義項。因此，在越南語中，除了可以說áo quần lam lũ（衣衫**襤褸**），還可以說cả đời lam lũ（一輩子**襤褸**）、cuộc sống lam lũ（**襤褸**的生活）。

　　經考察，我們認為漢越詞的義項比其相對應的漢語詞義項的增加的情況有以下幾個比較突出的類型：

　　(1)增加動詞義項：漢語詞沒有動詞義項，與其相對應的漢越詞多了動詞義項，比如：

Trong lòng thấy buồn bực, muốn tìm người **tâm sự** cũng không có.

心裡覺得好煩，想找個人**心事**也沒有。

（心裡覺得好煩，想找個人**談心**也沒有。）

　　「心事tâm sự」除了作為名詞性義項表達人的「心裡盤算的事」，還增加了「私談，傾訴衷曲」的動詞義項，因此以上的句子在漢語中是解釋不通的。

　　增加動詞義項的還有：「廣告（quảng cáo）」增加了「做廣告」義項。「衛生（vệ sinh）」增加了「打掃衛生」義項。

　　(2)增加形容詞義項：漢語詞沒有形容詞義項，與其相對應的漢越詞多了形容詞義項，比如越南人可以說：

Công trình xây dựng này rất **qui mô**。

這個建築工程非常**規模**。

（這個建築工程**規模**非常大。）

　　「規模（qui mô）」，越語除了表示「所具有的格局、形式或範圍」的名詞一項以外，還增加「大規模」的形容詞一項。

　　與此相同，越南人還可以說：「anh ta rất thư sinh（他很書生）」、「Đây là một ý tưởng rất sáng tạo（這是一種很**創造**的想

法）」等這樣的「怪句」，因為在越語中「書生」、「創造」分別增加了「清秀」和「有創造性的」的形容詞義項。

　　(3)增加名詞義項

　　「偵察（trinh sát）」，越語中除了跟漢語相同的動詞義項「為了弄清楚敵情、地形及其他有關作戰的情況而進行調查」外，還增加了「做偵察工作的人」，所以越南人可以說：

Anh ta là một **trinh sát** nhiều kinh nghiệm

他是一個經驗豐富的**偵察**。

（他是一個經驗豐富的**偵察員**。）

2. 義項減少

　　義項的減少也是詞義在一個詞的範圍內表現出來的演變與發展。它是指在一個漢語詞表示的幾個義項中，在對應的漢越詞中有的義項從這個詞的詞義範圍內消失了。

　　漢語詞與其相對應的漢語「詞義項減少」主要體現以下幾種形式：

　　(1)少了動詞義項：比如：「豐富（phong phú）」，漢越詞只有形容詞義項，這跟漢語詞相同的，指「種類多或數量大」，如「kinh nghiệm **phong phú**」（經驗**豐富**）、「nội dung **phong phú**」（內容**豐富**）等。然而，漢語中的「豐富」還有「使豐富」的動詞義項，因此可以說「豐富自己的知識」、「豐富工作經驗」等，越語中，則必須在「豐富」前加表示「促使」的動詞：「làm」。

　　類似這樣的情況不一而足，如：「習慣（tập quán）」、「重疊（trùng điệp）」、「阻礙（trở ngại）」、「標誌（tiêu chí）」、「繁榮（phồn vinh）」等。

　　(2)少了形容詞義項：比如：「規則（qui tắc）」、「本分（bổn phận）」、「深入（thâm nhập）」、「體面（thể diện）」等。這些詞，在越南語中有的是名詞，有的是動詞，但就是沒有形容詞用法。「本分（bổn phận）」，漢語中有兩個義項，分別為：

①本身應盡的責任和義務。

②安於所處的地位和環境。

而在越南語中只有第一個義項，因此越語中沒有「不**本分**」「không bổn phận」的說法。

(3)少了名詞義項：如：「請求（thỉnh cầu）」、「裝潢（trang hoàng）」、「尊稱（tôn xưng）」、「死戰（tử chiến）」、「小便（tiểu tiện）」等。

如：漢語中「癡情si tình」有兩個義項：

①癡心的愛情（名詞）。

②多情達到癡心的程度（形容詞）。

越南語中「癡情（si tình）」只有一個形容詞義項而沒有名詞義項。因此，在「你難道就沒有體會到思琳對你的一片**癡情**！」[8]中的「一片癡情một mảnh **si tình**」這種表達方式，越語中則不通了。

3. 義項又增加又減少

有一些漢越詞，同時出現了義項增加和義項減少兩種情況。例如：「手段」在漢語中有三個義項：

(1)為達到某種目的而採取的具體方法。

(2)指待人處事所用的不正當方法。

(3)本領；能耐。

越語中不存在義項(1)和(3)，同時，又增加了一個新的義項：「有很多手段，很會耍手段的」。正因跟漢語相同的只有表示貶義的義項（(2)義項），因此在越南語中，如果說「đây là một **thủ đoạn**」（這

8　良妮，《北京女人》，作家出版社，1997年。

是一種**手段**），那麼其所呈現出的意義絕對是一種為了達到自己的目的而採用的「不正當」的、「狡詐」的方法。不像在漢語中有兩種可能性，是否為貶義還需要具體情況才可以斷定。同時，因為增加了形容詞一項，所以在越語中也可以說「con người này rất **thủ đoạn**」（這個人很**手段**）。

「家教（gia giáo）」在漢語和越語中都有共同的義項是「家長對子女的教育」，但是漢語中又增加了新義項：「受聘到別人家中進行文化藝術等教育」和「受聘到別人家中進行文化藝術等教育的人」（越語中稱為「家師（gia sư）」）。同時越語中也多了一個義項：「有教養的，有規矩的」

㈡ 詞義擴大與縮小

詞義的同中有異，以詞為單位，表現為義項的增減，情況錯綜複雜，而如果以詞的一個義項為單位，這種「異同」則表現為詞義的擴大與縮小。

1. **詞義擴大**

詞義擴大是在詞的一個意義範圍內出現的詞義變化的一種情況。漢越詞的詞義比漢語詞詞義擴大，比較突出的有以下幾種情況：

⑴表名物的詞所指（適用對象）擴大

漢越詞詞義的所指大於漢語詞，有時漢語詞中是特指，漢越詞發展為泛指。例如：「首長（thủ trưởng）」，漢語中指「政府各部門中的高級領導人或部隊中較高級的領導人」，越語中「首長」的所指擴大，泛指部門、單位、機關、軍隊……中的領導人。

「烏梅（ô mai）」，漢語中指「經過薰製的梅子」，越南語中的「烏梅」的所指擴大，把其他跟烏梅有同樣的製作方法的果子也叫做「烏梅（ô mai）」，因此在越語中有各種各樣不同的「烏梅」，需要加以說明，如「酸角烏梅」「ô mai me」、「金橘烏梅」「ô mai tắc」等。

(2)表動作行為的詞的適用對象、關係對象擴大

如：「結義（kết nghĩa）」在越語中，「結義」不僅僅限制在人和人之間「結拜為兄弟」，而只要雙方「看似親人，有非常密切的關係」都叫做「結義」，因此在越語中「結義」的適用對象明顯地大於漢語。我們可以說「兩個**結義**城市」「hai thành phố **kết nghĩa**」、「工廠跟學校**結義**」「nhà máy **kết nghĩa** với trường học」等。

表動作行為的詞的關係對象指的是詞所影響，所涉及到的對象，一般是動作的受事者。漢越詞的關係對象跟漢語詞的相比擴大了，例如：「瞻仰（chiêm ngưỡng）」在漢語中指「恭敬地看」，而在越語中雖然也具有此意義，但其中又隱含著「欣賞」的意思，所以其關係對象明顯比漢語要大。漢語中「瞻仰」關係對象是有限的，一般來說是「遺容」、「遺像」、「佛像」、「陵墓」、「聖地」等非常嚴肅的對象，而在越語中，「chiêm ngưỡng（瞻仰）」的對象還可以是「cảnh vật thiên nhiên（自然景觀）」、「sắc đẹp của người phụ nữ（女子的美貌）」，甚至還可以說「**Chiêm ngưỡng** nhật thực trên Sao Hoả」（**瞻仰**火星上的日食）或者「**Chiêm ngưỡng** cá voi cũng là giết chúng」（**瞻仰**鯨魚也等於殺死牠們）等。這樣的表達方式在漢語中是不被接受的。

2. 詞義縮小

(1)一些表動作行為的漢越詞有適用對象小於漢語詞，如：

「寵愛（sủng ái）」，漢語中指的是「（上對下）喜愛；嬌縱偏愛」，在越語中「寵愛（sủng ái）」的適用對象一般來說只限於「皇帝對嬪妃的喜愛、偏愛」（有時也可以用於皇室貴族對下人的偏愛）。因此，在越語中絕對不能說「孩子一旦考上大學，父母則**寵愛**有加」，或「獨子，自小受家裡**寵愛**」這樣帶有「現代意義」的句子。

(2)有些表動作行為的漢越詞關係對象小於漢語詞，如：

「打通（đả thông）」漢語意義為「除去阻隔使相貫通」。越語

意義為：「使思想認識通暢」，與漢語相比，其關係對象已經縮小了。

　　「發覺（phát giác）」漢語中表達的是「開始知道（隱藏或以前沒有注意到的事）」，越語中的「發覺」跟漢語相比，其關係對象明顯地縮小，特指發現「以前沒人知道的違法行為」。

　　(3)表性狀的詞適用對象縮小

　　表達性狀的漢越詞，詞義的適用對象小於與其相對應的漢語詞。比如：

　　「平靜（bình tĩnh）」在漢語中表示「（心情環境等）沒有不安或動盪」，越語詞義縮小了，專指「心情保持平穩的狀態」。同樣，這部分詞也容易造成學習者理解上的誤區，如：在漢語中可以說「風浪已經平靜下去了」，而越語中則不能用「平靜」來形容「風浪」，除非是一種擬人的修辭手法。

　　「薄弱（bạc nhược）」，漢語中表示「容易挫折、破壞或動搖；不雄厚，不堅強」，可以說「兵力薄弱」、「意志薄弱」、「薄弱環節」等。越語中的「薄弱」是用在「意志、精神」方面，因此，在以上的組合當中，只有「意志薄弱」「ý chí bạc nhược」能用在越語中，而其他的組合則不會出現。

五、漢越詞—漢語詞之間詞義的異同與越南語學習

㈠漢越詞的詞義與漢語詞義基本相同

　　總體來說，這類詞對越語學習者來說有很大的正遷移作用，是台灣人的一大優勢，學習者可以充分利用自己現成的母語「心裡詞典」[9]迅速、準確地理解詞義，甚至會有一種「不勞而獲」的感覺。

9　參考王魁京，《第二語言學習理論研究》，北京師範大學出版社，1998年。

但是，由於它們的用法並非完全相同，學習者有時會出現偏誤。有關的偏誤主要表現在詞語的運用方面，即語言輸出部分。不過，儘管學習者說出來的句子令操母語的人感到似懂非懂，其基本意義還是能表達出來的，只是會影響交際的品質。因此，在這類詞的學習中，母語正遷移作用明顯大於負遷移。教學過程中，不用做過多的解釋，特別是在學習一些有關傳統文化、科學術語等問題時，只需要給學習者對應的詞彙形式（漢語詞或漢越詞），學習者就可以很快地理解、掌握。把講解的重點放在語體色彩的辨析上，並注重詞的具體運用，多舉例句，讓這些詞在具體的組合中體現自己的搭配特點。盡量避免「類推」所帶來的偏誤，達到提高運用品質的目的。

㈡ 漢越詞的詞義與漢語詞義基本不同及同中有異

這兩類在語言教學中基本上不起積極作用，從詞義的理解到詞的運用因容易受母語的干擾而導致偏誤。它們給學習者所帶來的是一種誤導性的負遷移。因此，有必要弄清它們之間的差異，以免發生誤解、誤用。對「同中有異」部分，二者似是而非增加了學習的難度，要注意強調它們之間的「同」與「異」。盡量利用相同部分，借助母語來掌握目的語，減輕學習者的學習及記憶負擔。

在這裡，需要注意的是：一方面，漢越詞和漢語詞詞義之間的差異是有規律並可以解釋的，它們之間存在著種種內在聯繫；另一方面，第二語言學習者的主體大多數都是成年人，具有對理據、對規律的敏感，第二語言詞彙的教學「是建立在成年人所具有的很強的理性的認識能力的基礎上」[10]。因此，在教學中，可以從形成詞義差別的原因入手，加以介紹歷時的詞義變化，講解詞義的引申，使學習者深入了解母語和第二語言之間深遠的根源關係，這必然會有助於學習者理解和記憶。

---

[10] 王魁京，《第二語言學習理論研究》，北京師範大學出版社，1998年。

　　此外，成年人理解、掌握第二語言詞彙的過程中，在把詞從語篇中切分出來後，結合語碼的轉換和意義的注釋，還會「對詞的語素構成和語義關係進行分析」，從而「達到對目的語詞彙的準確、透徹的理解與掌握」[11]；同時，漢越詞與漢語詞之間的差異有一部分是由語素所引起的，因此對學生進行講解語素與複合詞詞義的變化也是非常有必要的，這也符合漢—越語本身的構詞的特點。

(三) 漢越詞—漢語詞之間詞義的異同與工具書的編纂

　　除了語言教學以外，在漢越語言工具書編寫中，這種關係也體現了其重要意義：漢越詞與漢語詞在形式和意義上的對應關係，給工具書的編纂工作無疑帶來了很大的方便，用詞的對應形式來作為釋義是最為準確、最為「經濟」的方法。比如，無論是在《越漢詞典》或《漢越詞典》中，用「hoàng đế」和「皇帝」、用「khoa học」和「科學」、用「thất bại」和「失敗」、用「tự nguyện」和「自願」互相解釋都是最佳的選擇。因為在這裡，它們之間不僅形式相對應，而且詞義上也可以說是完全相同。然而，正如上文所探討的，漢越詞語與相對應的漢語詞詞義之間的關係是複雜的，既有相同也有相異，因此這種「利用現成形式」進行解釋的方法不是都能適用。我們對目前較為常用的幾本漢越工具書[12]進行了初步考察，發現在編寫中，編者們也意識到了這一點。然而，可能人們對漢越詞和與其相對應的漢語詞詞義之間的關係重視還不夠，因此在處理（釋義）上有時候仍然會出現一些不足之處。因為只是對有限的工具書進行初步的考察，所以我們只能就其中所發現的一些問題進行簡單的探討，可能還

---

[11] 王魁京，《第二語言學習理論研究》，北京師範大學出版社，1998年。

[12] 越南社會科學院，《中越詞典》，河內，社會科學出版社，1992年；漢越詞典編寫組，《漢越詞典》，商務印書館，2000年；雷航主編，《現代越漢詞典》，外語教學與研究出版社，2000年；何成、鄭臥龍、朱福丹、王德倫等編，《越漢詞典》，商務印書館，1998年。

不是很全面。據觀察，我們認為比較突出的，對學習者的語言理解及運用會有直接影響的有幾種情況：

1. 釋義缺乏準確性

直接利用「現成」的對應的形式來作為釋義而忽視了其語義基本不同。這些漢越詞的詞義跟相對應的漢語詞形式上對應，直觀上覺得應該是相同的，但實際上，從共時角度來看之間意義有很大的差別，比如，在《越漢詞典》中我們會發現人們直接用「點心」、「玻璃」、「祭禮」分別來做「điểm tâm」、「pha lê」、「tế lễ」的釋義，把它們之間的關係看是一種「等值關係」。實際上它們只是形式對應，意義卻基本不同。類似的情況還有「守勢──thủ thế」、「適宜──thích nghi」、「讒佞──sàm nịnh」、「清淡──thanh đạm」、「生涯── sinh nhai」、「淡薄── đạm bạc」、「反側── phản trắc」、「魁梧── khôi ngô」，等等。與此相同地，在《漢越詞典》中，人們有時候也直接用與漢語詞相對應的漢越詞形式來給漢語詞做釋義，雖然它們之間的詞義是基本不同的。如：「quyết nghị── 議決」、「hào phóng── 豪放」、「pháp y── 法醫」、「thú y── 獸醫」、「huy hiệu── 徽號」等。

2. 釋義缺乏全面性

借用對應形式來作為釋義而忽視了它們之間雖然有相同但也存在一些不同，導致釋義不夠全面。如，《越漢詞典》中，在給「sáng tạo」、「sưu tập」進行釋義時，直接用它們相對應的漢語形式「創造」及「搜集」而忽視了在越語當中它們分別增加了形容詞和名詞義項。因此，只用其對應形式來解釋往往是不夠的。相同的情況還有「界限── giới hạn」、「一致── nhất trí」、「心理── tâm lí」、「書生──thư sinh」、「解放── giải phóng」等詞。相反，在《漢越詞典》中，只用「bổn phận」來解釋「本分」是不夠的，因為在漢語中，「本分」有兩個義項，分別為名詞和形容詞，而在越語中「bổn phận」只有名詞義項，也就是說漢越詞的義項少於漢語詞的義項，在解釋的時候，必須要加上所缺的義項。「phồn vinh ── 繁榮」、「qui phạm ── 規範」、「viễn thị ── 遠視」等也有類似的情況。

3. 釋義中的「多餘」性

因受「漢越詞」這個概念的深刻影響，在釋義的時候，《漢越詞典》有時會硬加上漢越詞形式。比如中對「審判」的解釋為：「xét xử; thẩm phán」其中後者為「審判」的漢越形式，然而thẩm phán 與「審判」的詞義卻基本不同。類似的還有「互助」、「監考」、「告狀」、「技師」、「貴重」等。與此相同，《越漢詞典》有時也會沒有必要地加上了相對應的漢語形式，如：在解釋「ẩu tả」時，用「胡亂」和「嘔瀉」，後者為「ẩu tả」的對應漢語形式，但實際上，在現代越語中該詞已經沒有「嘔瀉」這個義項了。與此相似的還有「khai giảng ── 開講」、「truỵ lạc ── 墜落」、「hướng dương ── 向陽」、「hồn nhiên ── 渾然」、「huy hiệu ── 徽號」等。這種處理方法不僅是多餘的，沒有必要，而且還會導致使用者運用上的偏誤。有時候，所加上的對應形式雖然詞義相同，但在語體色彩上有較大的差別，或者是另一方的古詞。增加這部分對學習者沒有太大的幫助而且還增加了人們記憶的負擔。這種「畫蛇添足」的處理方法對語言學習者來說，特別是初學者，會帶來一定的困難。他們沒有能力去辨別所用來解釋的幾個詞當中哪個是最準確的，因此在進行詞語「轉換」時會導致一種「困惑感」，不知道該選用哪種形式。因此，我們認為，在這種情況下，該詞的相對應形式不應該出現，而用漢語或越語中的其他詞語來進行解釋就完全足夠了。

漢越語言工具書中所存在的不足，從某種意義上體現了人們對漢越詞與其相對應的現代漢語詞的共時對比分析仍然還不夠深入、不夠全面。據我們所知，到目前為止還缺乏針對現代越語中的漢越詞和現代漢語詞之間詞義的異同的辨析詞典，因此我們將搜集到的語料當中選出五百詞，其中詞義基本相同的一百六十組，詞義不同的一百四十組，詞義同中有異的二百組。我們對每一組進行詳盡的詞義辨析，指出其相同和相異的地方。每一組都有較爲豐富的例句和常用的詞語搭配，該詞典顯然是漢一越語言學習者眞正需要的一本工具書，讓學習者可以徹底地利用並充分發揮自己得天獨厚的優勢，能更快、更有效地學習詞彙，學習語言。

第四章
越南羅馬字和台灣白
話字的文字方案比較

蔣為文
國立成功大學越南研究中心主任

一、前言

　　1492年哥倫布（Columbus）代表歐洲人第一次航行到美洲大陸；幾年後，葡萄牙水手達伽馬（Vasco da Gama）開發從歐洲經由「好望角」到印度的新航線。15世紀的結束正是新航路時代的開始。在亞洲，伴隨著新航路時代而來的是西歐國家的傳教活動、國際貿易和殖民主義。

　　羅馬字就在這種情形之下，隨著宗教活動傳播到西歐以外的地區。每當傳教士到一新傳教區，如果當地語言沒有書寫的文字或是當地傳統文字太難學，他們就用羅馬字為當地語言設計一套書面文字系統，以作為傳教的基本工具。在這樣的大環境下，越南和台灣都同時大約在17世紀初期，經由傳教士傳入羅馬字以書寫當地語言。當初傳入越南的羅馬字如今已取代越南傳統的「漢字」和「喃字」，而成為現在唯一正式的越南文字，並正名為「國語字」（chữ Quốc ngữ）。而17世紀透過荷蘭人傳入台灣，主要在書寫台灣平埔族Siraya語的羅馬字（俗稱「番仔契」或「新港文書」）則於19世紀初已失傳（村上直次郎，1933）；19世紀後半期第二次傳入台灣的羅馬字俗稱「白話字」（台灣字），主要在書寫台語及客語。白話字目前雖非文字主流，但仍流傳於台灣的台語教會和台語文創作界。

　　在台灣，許多人質疑羅馬字取代漢字的可行性，甚至認為台語文的書寫非仰賴漢字不可。然而，這些質疑者卻都忽略了羅馬字在越南和台灣，都有上百年擔任獨立的文字系統的歷史。本論文將以語言學的角度，分析比較當初由傳教士發展出來的越南羅馬字和台灣白話字，並指出白話字比越南羅馬字更簡單易學；既然越南羅馬字都可以成為正式的國家文字，比它更簡易的台灣白話字，當然也更有資格擔當台語文的書寫文字。

　　由於篇幅限制的關係，本文將僅針對該兩種文字方案做語言學上的討論。至於羅馬字在越南的發展歷史，請參閱本書其他各章或是DeFrancis（1977）、Đỗ（1972）、Hannas（1997）、Chiung（2003）、蔣爲文（2002, 2005, 2007, 2011）；羅馬字在台灣的發展，請參閱Chiúⁿ（2016）、Chiung（1999, 2001）、呂興昌（1994）、賴永祥（1990）、蔣爲文（2001, 2005, 2007, 2011, 2014, 2016）。

二、文字方案的語言學分析

　　台灣白話字和越南羅馬字的設計都和他們本身語言的特色有關，所以在此先談一下台語和越語的特色。

　　一般來說，台語和越南語都屬於「孤立語」（isolating languages），也就是說它們的語詞沒有詞性或語法上的衍生變化。除此之外，這兩個語言有比例相當高的單音節語詞的特色，也就是它們的語詞，很多都是單音節或是由單音節語詞複合衍生而成的。雖然現在的台語和越語的多音節語詞的比例越來越高，但因爲過去單音節語詞過多，以至於對當初的文字設計造成影響。

　　除了有「孤立語」和「單音節」的特性外，台語和越語都是聲調語言。就普遍性的分類而言，台語有七個聲調，越語有六個。在台語裡有很豐富又有系統性的變調現象，但越南話裡卻很少。

　　台灣白話字和越南羅馬字這兩套文字系統雖然都有少數一些以「語音學」（phonetics）觀點來設計拼字法的例子，但整體來說可以算是「音素」文字（phonemic writing）的一種。就其語音和文字符號的對應關係來講，它們基本上都是一對一的對應，但越南字有較多一音素對多符號的例子。

　　以下我們就將白話字和越南字的共同點和差異性的地方簡單摘要出來。

　　共同點：

　　1.都是線性排列的音素文字。

2. 都以音節爲拼字單位。

3. 都有用「區別符號」（diacritics），譬如「^」等，附加在原有的羅馬字母上以區別聲調或語音。

4. 都經過一段不算短的時間、由眾多人的經驗累積而「約定俗成」起來的。

5. 雖然當初設計時有受「漢字音譯」方式的影響，但基本上來說這兩套均可以作爲獨立的文字使用。

6. 因爲這兩套文字的使用都已超過百年以上，所以在歷史發展中都逐漸產生一些拼字和實際發音不太一樣的現象。

差異性：

1. 白話字的區別符號主要用在聲調，其次爲語音，但越南字除了用在聲調外，也有較多符號用在區別語音。因爲這個原因，白話字算是二層的文字結構，而越南字則是三層的結構。

2. 有關區別音節與音節之間的「音節符」，白話字是採用「-」符號，越南字則採用空一格（space）的做法。

3. 就語音和文字符號的對應關係來說，白話字原則上是一對一的關係，而越南字則有不少一音素對多符號的例子。

(一) 台語白話字方案

　　由於在歷史發展的過程中，白話字的拼字法多多少少經過一些修改，本文中的討論將以1913年「甘爲霖」牧師於台南所出版的《廈門音新字典》及其後的用法爲主。該字典於2009年正名爲《甘爲霖台語字典》重新出版。文字方案的設計通常是建立在對該語言的音韻分析之上；因此，不同的分析觀點通常造成不同的設計方案。就現代優勢腔的台語來說，若不算「零聲母」（zero consonant）和喉塞音，則台語有十七個輔音（consonants）、六個單母音（simple vowels）和七個聲調（tones），如表4-1、表4-2、表4-3所述。[1]

　　表4-1中的音素/l/在許多情況下實際上是發[d]或者[ɾ]的音值（張裕宏，2001: 31-32），在本文中暫以普遍的講法來標示。

表4-1　台語輔音（用國際音標IPA表示）

	雙唇 （bi-labial）	齒根 （alveolar）	軟顎 （velar）	喉音 （glottal）
	-送氣/ +送氣	-送氣/ +送氣	-送氣/ +送氣	
清塞音（voiceless stop）	p/p^h	t/t^h	k/k^h	
濁塞音（voiced stop）	b		g	
清擦音（voiceless C. fricative）				h
清擦音（voiceless G. fricative）		s		
清塞擦音（voiceless affricate）		ts/ts^h		
濁塞擦音（voiced Affricate）		dz		
濁邊音（voiced lateral）		l		
濁鼻音（voiced nasal）	m	n	ŋ	

表4-2　台語的單母音（用國際音標IPA表示）

	前（front）	中（central）	後（back）
高（high）	i		u
中（mid）	e	ə	o
低（low）		a	

---

[1]　有關台語的音韻系統及白話字的詳細用法，可參閱鄭良偉、鄭謝淑娟（1977）、張裕宏（2001）及蔣為文（2014）。

表4-3　台語聲調及其各種表示法

調類	君 kun	滾 kún	棍 kùn	骨 kut	裙 kûn	-	近 kūn	滑 kut
白話字符號		´	`		^		-	'
傳統聲調叫法	1	2	3	4	5	6	7	8
數字的調值	44	53	21	3	12或212		22	5
IPA的調值	˦	˥˧	˨˩	˧	˩˨		˨	˥

　　《甘爲霖台語字典》的拼字法基本上是符合上述的現代台語音韻分析。以下表4-4及表4-5白話字的單母音和文字符號的對應關係分別列出輔音和單母音及其相對應的文字符號。

　　基本上，除了少數的例外是用語音（phonetic），甘爲霖是以音韻（phonemic）的角度來設計白話字。用語音思考的案例是字母**ts**和**ch**的差別。該差別就在於後面所接的母音的性質。字母**ts**後面接「後母音」（back vowels, **a, o., u**），像講「tsa」；字母**ch**後面接「前母音」（front vowels, **e, i**），像講「chi」。這是因爲台語的音素/ts/若於後面接前母音就會出現顎化現象（Palatalization）。雖然《甘爲霖台語字典》有區分ts和ch的拼字法，但當代台語界已經很少人維持這樣的差別，一律皆寫成**ch**。

表4-4　白話字的輔音與文字符號的對應關係

輔音	文字符號	條件	實例
/b/	b		bûn文
/ts/	ch	在前母音/i/、/e/的前面	chi之
	ts	其他任何情形	tsa查
/tsʰ/	chh		chha差
/g/	g		gí語

輔音	文字符號	條件	實例
/h/	h		hi希
/dz/	j		jit日
/k/	k		ka加
/kʰ/	kh		kha腳
/l/	l		lí你
/m/	m		mī麵
/n/	n		ni奶
/ŋ/	ng		ngō˙五
/p/	p		pi碑
/pʰ/	ph		phoe批
/s/	s		sì四
/t/	t		tê茶
/tʰ/	th		thai胎

表4-5　白話字的單母音和文字符號的對應關係

單母音	文字符號	條件	實例
/i/	i		ti豬
/e/	e	其他的情形	tê茶
	ia	後面若接/n/或者/t/	kian堅
/a/	a		ta礁
/u/	u		tu蛛
/ə/	o		to刀 toh桌
/o/	o˙	其他的情形	to˙都
	o	後面若有輔音（/ʔ/除外）	tong當 kok國

　　從表4-4及表4-5可看出，除了少數例外，白話字中大部分都是一個音素（phonemes）對應一個文字符號，且其採用的符號均與當代語言學所使用的國際音標相當接近。比如，音素/b/就用b符號，/kh/就用kh。

　　了解每個音素和其對應的文字符號後，我們再來看文字符號的排列方式，亦即所謂的拼字法。基本上，白話字先把每一個語詞依其音節拆開，然後把音節內的音素由左到右逐一拼寫出來；隨後在每個音節核心[2]（nucleus）的上面加上聲調符號，最後在音節之間加上音節符號「-」諸如chhit-thô、han-chî、ám-bòk-kóe、chhài-thâu-kóe。

　　因為台語有很豐富的變調現象，所以白話字採用表記「單音節本調」的方式來處理聲調。譬如說，「菜頭粿」經過變調的實際發音是chhái-thâu-kóe；但是，在書寫時則應根據每個音節的本調寫成chhài-thâu-kóe。這種做法雖然可以處理各地方言的變調差異，但某種程度來講其實是受了傳統漢字單音結構詞的影響。也就是說，傳教士設計白話字時，並沒有完全把西方語言的「多音節語詞」的觀念應用到白話字上，以至於需要加音節符號並標單音節本調。當然，部分原因也是因為台語本身的語言特色所造成。

　　這種單音節的標記方式有好處也有壞處，壞處之一就是會延續漢字的單音節特色。特別是使用在外來語的時候會突顯其不合理的用法；譬如，外來語motorbike在傳統白話字裡寫成o·-tó·-bái。這樣的寫法有點奇怪，因為o·-tó·-bái並不是由三個單音節詞素「o·」「tó·」和「bái」所構成，而是一個單純的三音節語詞。所以，若以多音節為單位、標記多音節本調亦即寫成ō·to·bái應比較合理。

　　白話字內的聲調標示主要在降低「同音異義詞」（homophone）的可能性。事實上，同音異義詞的產生絕大部分是發生在單音節詞

---

[2]　聲調符號加在音節核心上只是一個主要原則，有時可能因作者而異而標在核心以外的地方，譬如pōe和poē的用法就不一致。

上。如果以多音節語詞爲書寫單位則發生同音異義的情形非常的小。所以在多音節語詞上可以考慮不標示聲調或僅標示重音，譬如ōˈtoˈbái可考慮寫成oˈtoˈbái。

若談到白話字內的這個「-」符號，很明顯地它是被當作區別音節的「音節符號」，而不是區別音素位置屬性的「隔音符號」。未來若讀者認爲有需要改進白話字，可考慮把這個符號重新定義爲「隔音符號」。譬如說han-chî（番薯），它的/n/和/ch/很明顯是不會合起來發音的，所以可以寫做hanchî；若是kokong，因爲有可能是kok-ong（國翁）也有可能是ko-kong（高公），所以在適當位置加上隔音符號以求正確表意。事實上，像kokong這樣的例子實在不多，且大部分都是出現在專有名詞上，一般台語多音節語詞很少這樣的問題。有人認爲若把音節符號拿掉，會降低閱讀速度。其實這是站在習慣看漢字、不習慣讀羅馬字的角度來思考。若是從小就教「番薯」寫成hanchî，當學生習慣看羅馬字後她讀到hanchî就可以以正常的速度了解語詞的意思。

台語的介音（glides）/w/在白話字裡寫成o，譬如góa、koe。有人覺得奇怪，質疑說爲何不用w或u來做/w/的文字符號。這主要是台語的介音容易受後面的音節核心的影響：如果/w/後面接「不高-母音」（[-high]），諸如/a/、/e/，則原本是[+high]的/w/會向[-high]的方向移動；這一移動就使得/w/的音值接近[o]或[ə]，所以傳教士就把/w/寫成「o」。這種介音受後面母音影響的現象在越南話裡也很普遍且表現在它的文字系統裡。

台語裡面有許多鼻音化的現象，在白話字裡是把鼻音符號「n」加在音節的右上角，譬如tiⁿ（甜）、chiúⁿ（蔣）、koaiⁿ（關）。

另外，台語有喉塞化（glottal stop）的現象（IPA國際音標標示爲[ʔ]）。這個喉塞化在白話字裡用h表示，譬如「鴨」（IPA標做[aʔ]）寫做ah，「滴」（IPA標做[tiʔ]）寫做tih。

㈡越南國語字方案

越南話的方言差異很大，根據蔣為文的初步觀察，它們之間可能比台語的方言差還大。不同學者對越南方言的分類有不同的意見；根據Nguyen Dinh Hoa（1997:10）的說法，越南話大致可分為北、中、南三大方言區，分別以河內、順化，及胡志明市為代表。目前越南話是以河內方言為全國標準，並作為學校的教學標準。不同學者對越語的音韻系統也有不同的見解；根據Doan Thien Thuat（1999）的音韻分析，河內標準語有十九個輔音、十三個單母音及三個雙母音，如下表4-6、表4-7、表4-8及表4-9所述。

表4-6　越南話輔音（用國際音標IPA表示）

	雙唇	脣唇	齒根	硬顎	軟顎	喉音
			-送氣/+送氣			
清塞音（voiceless stop）			t/t^h	c	k	ʔ
濁塞音（voiced stop）	b		d			
清擦音（voiceless fricative）		f	s		x	h
濁擦音（voiced fricative）		v	z		ɣ	
濁邊音（voiced lateral）			l			
鼻音（voiced nasal）	m		n	ɲ	ŋ	

表4-7　越南話的單母音（用國際音標IPA表示）

			前面	中央	後面（-圓唇）	後面（+圓唇）
頂	upper	high	i		ɯ	u
		upper mid	e		ɤ	o
下	lower	lower mid	ɛ			ɔ
		low			a	

表4-8　越南話的短母音（用國際音標IPA表示）

			前面	中央	後面（-圓唇）	後面（+圓唇）
頂	upper	high				
		upper mid			ɤ̆	
下	lower	lower mid	ɛ̆			ɔ̆
		low			ă	

表4-9　越南話的雙母音（用國際音標IPA表示）

		前面	中央	後面（-圓唇）	後面（+圓唇）
頂	upper	i‿e		ɯ‿ɤ	u‿o
下	lower				

　　越南話的聲調依據不同的分類標準可分為二個、四個、六個或八個聲調（Doan Thien Thuat個人交談）。現行的越南國語字（Chữ Quốc Ngữ）書寫系統，將越南話聲調分為六個，如表4-10所述。

表4-10　越南話在國語字中的聲調分類

調類	ngang	sắc	huyên	hoi	ngã	nặng
越南字符號		́	̀	?	~	.
數字ê調值	33	35	21	313	435	3
IPA ê調值	˧	˧˥	˨˩	˧˩˧	˦˧˥	˧

　　越南話的「音素-文字符號」的對應及拼字法比台灣白話字稍微複雜些。底下表4-11和表4-12分別簡要列出輔音及母音所對應的文字符號；詳細的對應規律可參閱本文的附件。

表4-11　越南羅馬字的輔音與文字符號的對應關係

輔音	文字符號	條件	實例
/t/	t		tôi我
/th/	th		thu秋
/c/	ch		cho乎
/tʂ/	tr	方言差	trồng種
/k/	k	後面若接i, y, e, ê,	kê雞（漢越音）
	q	後面若接介音/w/	qua水果
	c	其他任何情形	cá魚
/b/	b		ba三
/d/	đ		đi去
/f/	ph		pháp法國
/s/	x		xa遠
/ʂ/	s	方言差	so比較
/x/	kh		khi當
/h/	h		hỏi問
/ʔ/	無符號		ăn食
/v/	v		về回去
/z/	d	無規則	da皮
	gi	無規則（主要用於漢越詞）	gia家
	g	後面若接i	gì什麼
/ʐ/	r	方言差	ra出去
/ɣ/	gh	後面若接i, e, ê	ghi紀錄
	g	其他任何情形	gà雞
/l/	l		là是
/m/	m		mẹ母親
/n/	n		nam南

輔音	文字符號	條件	實例
/ɲ/	nh		nhớ思念
/ŋ/	ngh	後面若接i, e, ê	nghi休息
	ng	其他任何情形	ngọc玉

*虛線┄┄表示方言差。

表4-12　越南羅馬字的母音和文字符號的對應關係

母音	文字符號	條件	實例
/i/	i		khi當
	y	主要用在漢越詞	đông ý同意
/e/	ê		ghế椅仔
/ɛ/	e		em人稱代詞
/ɛ̌/	a	後面若接/ɲ/, /c/	thanh清
/u/	u		cũ舊
/ɯ/	ư		từ語詞
/o/	ô		cô姑
/ɤ/	ơ		thơ詩
/ɤ̌/	â		thấy看
/ɔ/	o	其他任何情形	co收縮
/ɔ̌/	o	後面若接/ŋ/, /k/	cong彎曲
/a/	a		ta咱
/ǎ/	ă	其他任何情形	ăn食
	a	後面若接字母y, u	tay手
/i‿e/	iê	其他任何情形	tiên仙
	yê	前面若有喉塞音/ʔ/或介音/w/	yêu愛 truyện故事
	ia	沒有介音/w/且沒有韻尾時	bia啤酒
	ya	有介音/w/但後面沒有韻尾時	khuya半夜

母音	文字符號	條件	實例
/u‿o/	uô	其他任何情形	chuông鍾
	ua	沒有韻尾	vua王
/ɯ‿ɤ/	ươ	其他任何情形	được可以
	ưa	沒有韻尾	mưa下雨

　　越南羅馬字「音素─文字符號」的對應及拼字法比台灣白話字稍微複雜的原因有以下幾點：

　　第一，因為越南話的音韻系統本來就比台語複雜些，以至於現行的羅馬字母數量不夠應付一對一的「音素─符號」對應的需求，所以必須在現有的字母上做一些修改。譬如在「o」的上面加區別符號「^」，以區別ô（表示[o]）和o（表示[ɔ]）。

　　第二，因為當初設計時受到不同母語背景的眾傳教士的影響。比如說，*gi*[z]的用法是受Italy話的影響（Thompson, 1987:62）、*nh* [ɲ]是受葡萄牙話的影響（Jerold Edmondson; David Silva個人訪談）、*c, k, q*[k]是受法語影響（Doan Thien Thuat個人訪談）、*ph* [f]是受古希臘話影響（DeFrancis, 1977: 58）。

　　第三，因為方言差的影響。河內標準語雖然沒有捲舌音/tʂ/, /ʐ/, /ʂ/，但有些方言仍保有捲舌音，且這捲舌音也反映在越南羅馬字的書寫上。譬如說，在越南字的設計中，ch是表示不捲舌的/c/、tr是表示捲舌的/tʂ/；講河內方言的人因為不分/c/和/tʂ/，所以拼字時容易分不清要拼ch還是tr，譬如trồng（種）有可能拼成chồng（丈夫）。

　　第四，因為歷史語音演變的關係。越南羅馬字從開始發展到現在已歷經四百年，這段期間內越南語音當然有經過一些變化。當時有區別的語音，經過歷史演變到現在可能已經不區分了。譬如，越南字裡d和gi這兩組符號在17世紀時可能是分別記[d]和[kj]這兩個古音；雖然這兩個古音在現代都已變成[z]了，但他們仍反映在文字的書寫上（Doan, 1999: 163-164）。因為當初設計者把d拿來表記[d]的音，所以另外一個音素/d/〔實際音值爲前喉音化（pre-glottalized）的[ɗ]〕就用符號đ來表示。

　　第五，因爲傳教士的語言學知識有限，所以無法完整地分析越南話的音韻系統。譬如，當初用k和q來表示同一個音素/k/，就是因爲設計者以爲介音/w/前面的/k/發音和其他位置不同，所以用不同於k的q來表示。又比如說短母音/ɤ/（文字符號â）應該用和長母音/ɤ/(ơ)類似的符號，但卻用與/a/(a)類似的符號。現代語言學的知識是經過長久的經驗累積才有今日的成就。當時傳教士的音韻分析雖然不是很完美，卻也算是很好的成績了。

　　了解越南話拼字法比白話字複雜的原因後，我們再來補充越南字裡輔音、母音及聲調的設計方式。

　　有關塞音的部分，越南話的塞音有分清、濁、送氣，所以越南字和白話字一樣：用p t k表示清音，b d g表示濁音，加h表示送氣。

　　有關越南話喉塞音[ʔ]是否該當作獨立的音素，當代的越語專家們有不同的意見。在越南字的音韻系統裡並沒有把[ʔ]認定爲獨立的音素，所以沒有文字符號來表示喉塞音。譬如說，ăn [ʔăn]（吃）照音值來講是有前喉塞音，但文字書寫上並沒有顯現出來。雖然越南字沒有把喉塞音表現出來，但這並沒有造成太大問題因爲語義並沒有因此而產生模糊。

　　另外，「雙重結束」（double closure）的現象在越南字裡也沒有表現出來。在越南話裡，/ŋ/和/k/若是接在u、o，或者ô後面就會分別發成[ŋ͡m]（labial-velar nasal）和[k͡p]（voiceless labial-velar plo-sive）。譬如ông（爺爺、先生）的實際發音是[oŋm]。

　　越南語的韻尾（final consonants）[c]和[ɲ]在越南文字裡是當作兩個獨立的音素，分別用「ch」和「nh」來表記。但是，[c]和[ɲ]其實也可以分析成分別是/k/和/ŋ/的音素變體（allophones），分別用符號「k」和「ng」來表記就可以。就這個案例來說，音素變體的條件是在「前母音」/i e ɛ/後面出現的/k/和/ŋ/會自動發成[c]和[ɲ]。譬如，越語xinh（美麗）一定是發成[siɲ]，不會發成[siŋ]的音。

越南話的音素和文字符號雖然比較複雜，但大部分都是有規則可以判斷的。這個規則是按照母音的特色，分爲前（front）vs.後（back）、上（upper）vs.下（lower）、長（long）vs.短（short），和圓唇（+rounded）vs.扁唇（-rounded）（參閱表4-7、表4-8和表4-9）。以下分別舉例說明：音素/k/後面若接「前母音」，就要用符號k，其他情形就要用q或c，如kê、cá（參閱表4-11）。介音/w/後面若接「上母音」就要用符號u，若接「下母音」就用符號o，如nguy（危）、hoa（花）（參閱附件）。音節韻尾（coda）[j]若接在「短母音」的後面就用符號y，否則就用i，譬如ấy、tai（參閱附件）。在圓嘴母音符號旁邊加上「'」符號就變扁嘴母音，比如u [u]變ư [ɯ]。

越南字的拼字法和台灣白話字一樣是以音節爲基準；越南字的音節之間是採用空一格（space）的方式，而白話字則是採取一橫（hyphen）。譬如，越南字裡寫成Việt Nam（越南）、hiện nay（現在）、tiến sĩ（博士）。

越南字的標點符號和大小寫的規定原則上照西洋語文的習慣用法，但也有越語特別的用法和因人而異的隨意用法。以下就舉一些例子：

每一句子的第一個字母要大寫，句末要有西式句號「.」。

人名、地名等的專有名詞的第一個字母要大寫。專有名詞分爲二大類：第一類是「漢越詞」（từ Hán Việt），也就是原本是用漢字寫的詞彙。這類的詞彙若是指人名或地名，原則上則根據音節來大寫，譬如Đài Loan（台灣）、Việt Nam（越南）；但也有例外的，像Ấn độ（印度）。這例外的原因可能是現在大部分的越南人已不懂漢字，忘記Ấn độ原本是漢越詞。若是人名、地名以外的漢越詞則照「語詞」或「詞組」來大寫，譬如Quốc ngữ（國語）、Xã hội chủ nghĩa（社會主義）、Cộng hoà xã hội chủ nghĩa Việt Nam（也可寫做：Cộng hoà Xã hội Chủ nghĩa Việt Nam共和社會主義越南）。

　　第二類是漢字以外的專有名詞。這類大部分根據「語詞」來大寫，譬如說Áp-ga-ni-xtan（Afghan）、Ô-xa-ma Bin La-đen（Osama Bin Laden）。

　　越南字的簡寫原則上照「音節」來寫，譬如Việt Nam簡寫做VN，Xã hội chu nghĩa（社會主義）寫成XHCN。

　　越南語的外來語主要有二個來源：早期以漢語為主，後來以西方國家語言為主。以漢語為來源的外來詞主要借用漢字、讀漢越音（漢字的越南語發音），像Mỹ（美國）、Pháp（法國）、văn học（文學）、Xã hội chu nghĩa（社會主義）。以西方國家語言為來源的外來詞，就用越南字把原語詞的音拼寫出來。此類外來詞大部分不標聲調（若有標調，則主要是標重音），但大部分都加音節符號「-」。像Ô-xtrây-li-a（英語Australia）、pa-lăng（法語palan）、péc-măng-ga-nát（法語permanganate）、ô tô（英語automobile）、cà phê（coffee）、Ucraina（Ukraine）、photo copy（也寫做pho to co py；來自英語photocopy）。

　　整體來說，越南字的標點符號、大小寫、外來語的使用雖有一定的原則，但變通性仍大、穩定度還不夠。

三、從台語學越南語的發音

　　越南語對咱台灣人來講並不難學。一般來說，若一星期學十小時，三個月後應該就可以熟悉越南語的語音與文字符號對應關係，而且基本的生活對話也應該可以掌握。若學一年以後，應該可以看懂越南語書七八成以上。

　　越南語的音節結構與台語一樣，可以用表4-13來表示。該音節結構內部每個位置都有它對應可以出現的音素（詳見附件）。以下這節將從台語的角度來介紹越南語的字母符號和它對應的母音（vowels）、子音（consonants）和聲調（tones）。

表4-13　台語&越南語音節結構

聲調（tone）			
聲母 （onset）	韻母		
	介音 （glide）	核心 （nucleus）	韻尾 （coda）

㈠越南語的字母與母音對應

　　越南字母（母音的部分）和它對應的白話字（台灣字）、國際音標IPA、出現條件及實例分別列在表4-14。接續在表後面是針對每一個字母的介紹。

表4-14　越南字母的發音（母音）

越南字	台灣字	IPA	條件	實例
a	短a	/ă/	後面若接y, u	tay手
	a	/a/	其他位置	ta咱
ă	短a	/ă/		ăn食
â	短o	/ɤ̆/		thấy看
i	i	/i/		khi當
y			主要用於漢越詞	đồng ý同意
u	u	/u/		cũ舊
ư	扁嘴u	/ɯ/		từ詞
ê	e	/e/		ghế椅子
e	闊嘴e	/ɛ/		em少年
ô	o·	/o/		cô姑
o	闊嘴o·	/ɔ/		co收縮
ơ	o	/ɤ/		thơ詩

越南字	台灣字	IPA	條件	實例
iê	ie	[i‿e]	其他位置	tiên仙
yê	ie	[i‿e]	前面若接/ʔ/或者介音/w/	yêu喜愛 truyện故事
ia	io	[i‿ə]	若沒有介音/w/及韻尾	bia啤酒 ia大便
ya	io	[i‿ə]	前面若接/w/且後面無韻尾	khuya半夜
uô	uo.	[u‿o]	其他位置	chuông鍾
ua	uo	[u‿ə]	後面沒有韻尾	vua國王
ươ	扁嘴uo	[ɯ‿ɤ]	其他位置	được可以
ưa	扁嘴uo	[ɯ‿ə]	後面沒有韻尾	mưa下雨

　　越南羅馬字a所對應的音素是/a/與/ă/（發音時間比/a/短），發音像白話字a、華語注音符號ㄚ。各位讀者須注意，越南羅馬字a發音有分長、短二種：a後面若接y、u，發音時間就較短暫。

　　越南羅馬字ă所對應的音素是短母音/ă/（發音時間比a短）。在越南字裡，ă、a皆表記母音/a/，但ă一定是短母音，a大多數情形下是長母音。

　　越南羅馬字â所對應的音素是短母音/ɤ̆/，發音像白話字（台灣字）短o（也就是發音時須比平時較短）、華語注音符號短ㄜ（也就是發音時比平時的ㄜ較短）。各位讀者須注意，越南羅馬字â並不是發/a/的音。有不少人受â的外形影響，導致誤發成/a/的音。

　　越南羅馬字i, y若出現於音節核心的時候它所對應的音素是/i/，發音像白話字i、華語注音符號一。字母y通常出現於漢越詞裡。

　　越南羅馬字u所對應的音素是/u/，發音像白話字u、華語注音符號ㄨ。

　　越南羅馬字ư所對應的音素是/ɯ/，發音像圓唇的u，但嘴形須改為扁形。這個**ɯ**音對大多數的台灣人來說比較難發音。我們若發**u**音的時候，嘴形會呈現圓形。但是，發**ɯ**音時，嘴巴要微笑，讓嘴唇呈現扁平狀。

越南羅馬字**ê**所對應的音素是/e/，發音像白話字**e**、華語注音符號ㄝ。

越南羅馬字**e**所對應的音素是/ɛ/，發音像白話字闊嘴**e**、華語注音符號闊嘴ㄝ。台灣人通常分不清越南字**ê**、**e**有何不同，因為台語裡面[ɛ]和[e]都是同一個音素/e/的變體（allophones）。一般來說，發越南**e**音的時候，嘴巴要比**ê**張開大一些。

越南羅馬字**ô**所對應的音素是/o/，發音像白話字**o·**、華語注音符號ㄛ。

越南羅馬字**o**所對應的音素是/ɔ/，發音像白話字闊嘴**o·**、華語注音符號闊嘴ㄛ。發越南**o**音時，嘴巴要比**ô**張開大一些。越南語裡**ô**、**o**的差別就和**ê**、**e**的差別一樣，都是嘴巴張開較小和較大的差別。

越南羅馬字**ơ**所對應的音素是/ɤ/，發音像白話字**o**、華語注音符號ㄜ。越南羅馬字**ơ**、**â**都是發/ɤ/音，兩者差別主要是時間的長短：**ơ**發一般長度，**â**發短母音/ɤ̆/。就音韻的角度來說，雖然台語的央元音一般都選擇/ə/做主體音素，但它其實有[ə]與[ɤ]的音素變體。所以，用台語白話字的**o**來發越南羅馬字**ơ**的音也勉強可以。

越南羅馬字**iê**、**yê**、**ia**、**ya**這四組符號都是表記越南語音素/iə/。在越南語裡，音素/iə/分為[iɛ]、[iə]二種音素變體。其中**iê**、**yê**是表記[iɛ]，**ia**、**ya**是表記[iə]。

越南字**iê**、**yê**表記[iɛ]，發音像白話字**ie**、華語注音符號ㄧㄝ。我們要如何知道何時用**iê**何時用**yê**呢？若是音節核心前面有介音/w/或者喉塞音/ʔ/，就用**yê**；若沒有，就用**iê**。此外，越南字**iê**、**yê**後面一定要接韻尾（coda）。

越南字**ia**、**ya**是表記[iə]，發音像白話字**io**、華語注音符號ㄧㄜ。若是音節核心前面有介音/w/或者喉塞音/ʔ/，就用**ya**，若無就用**ia**。此外，越南字**ia**、**ya**後面一定沒有韻尾。

　　越南字**uô**、**ua**都是表記越南語音素/u‿o/。越南語裡，音素/u‿o/分為[u‿o]、[u‿ə]二種音素變體。越南字**uô**是表記[u‿o]，發音像白話字**uo‧**、華語注音符號ㄨㄛ。越南字**uô**後面一定要接韻尾。越南字**ua**是表記[u‿ə]，發音像白話字**uo**、華語注音符號ㄨㄜ。越南字ua後面一定沒有韻尾。

　　越南字**ươ**、**ưa**都是表記越南語音素/ɯ‿ɤ/。越南語裡，音素/ɯ‿ɤ/分為[ɯ‿ɤ]、[ɯ‿ə]二種音素變體。越南字**ươ**表記[ɯ‿ɤ]，發音像白話字扁嘴**uo**、華語注音符號扁嘴ㄨㄛ。所謂的「扁嘴」，它的發音方法與**u**一樣，嘴唇須呈現扁平狀。越南字**ươ**後面一定有接韻尾。越南字**ưa**表記[ɯ‿ə]，發音像白話字扁嘴**uo**、華語注音符號扁嘴ㄨㄜ。越南字**ưa**後面一定沒有韻尾。

㈡越南語的字母與輔音對應

　　越南字母（子音的部分）及其對應的白話字（台灣字）、國際音標IPA、出現條件與實例分別列於表4-15。接續表後面是針對每一個字母的介紹。

表4-15　越南字母的發音（子音）

越南字	台灣字	IPA	條件	實例
đ	類似l	/d/		đi去
t	t	/t/		tôi我
th	th	/tʰ/		thu秋
ch	類似ch	/c/		cho給
tr	捲舌ch	/tʂ/	方言差	trồng種
b	b	/b/		ba三
p	p	/p/		pin電池
ph	無	/f/		pháp法

越南字	台灣字	IPA	條件	實例
d	j	/z/	無規則	da皮
gi	j	/z/	無規則（主要用tī漢越詞）	gia家
g	j		後面若接i	gì什麼
	g	/ɣ/	其他任何情形	gà雞仔
gh	g		後面若接i, e, ê	ghi紀錄
k	k	/k/	後面若接i, y, e, ê	kê雞
q			後面若接介音/w/	quả果子
c			其他任何情形	cá魚仔
kh	類似h或kh	/x/		khó難
h	h	/h/		hỏi問
v	無	/v/		về回去
r	類似j	/ʐ/	方言差	ra出去
l	l	/l/		là是
x	s	/s/		xa遠
s	捲舌s	/ʂ/	方言差	so比較
m	m	/m/		mẹ母親
n	n	/n/		nam男
nh	類似ng	/ɲ/		nhớ思念
ngh	ng	/ŋ/	後面若接i, e, ê	nghỉ休息
ng	ng		其他任何情形	ngọc玉

　　越南羅馬字**đ**所對應的音素是/d/，發音類似白話字**l**、華語注音符號濁化ê**ㄉ**"、英語**dog**裡面的**d**。有學者認為越南語的音素/d/是不經過肺部的封閉音（implosive）[ɗ]。發這個音時經常會先喉塞音化（preglottalized）兼濁化（voiced），IPA記為[ʔd]。台語的l其實大多數的情形下都發成濁塞音[d]或是[ɾ]的音值，但後面若接低母音/a/時發音像邊音[l]。所以，台語的l於大多數的情形下發音像越南話的

đ，但l後面若接低母音/a/時就不像。

　　越南羅馬字**t**所對應的音素是/t/，發音像白話字**t**、華語注音符號ㄉ。

　　越南羅馬字**th**所對應的音素是/th/，發音像白話字**th**、華語注音符號ㄊ。

　　越南羅馬字**ch**所對應的音素是/c/，發音類似白話字**ch**、華語注音符號ㄗ。發台語的**ch**音時，舌尖會接近牙齦；但發越南話**ch**時，舌尖須稍微遠離牙齦。越南羅馬字**ch**可以出現在聲母（音節頭）也可以出現在韻尾。若出現於韻尾時，對台灣人來講，聽起來像/k/或者/t/。譬如，越南話**sách**聽起來像台語**sàk**。台灣人要如何發越南語韻尾ch呢？可以把它當作台語t來發，但舌尖不能抵住牙齦。

　　越南羅馬字**tr**所對應的音素是捲舌音/tʂ/，發音類似白話字捲舌**ch**（須捲舌）、華語注音符號ㄓ。

　　越南羅馬字**b**所對應的音素是/b/，發音像白話字**b**、華語注音符號濁化的ㄅ”。華語裡ㄅ是清塞音，和越南字**b**發音不一樣，所以須把ㄅ發做濁塞音ㄅ”。因為華語無濁塞音符號，所以在此用”符號表示濁化。有學者認為越南語的音素/b/是沒經過肺部的封閉音（implosive）[6]。發這個音時常會先喉塞音化（preglottalized）兼濁化（voiced），IPA記為[ʔb]。

　　越南羅馬字**p**所對應的音素是/p/，發音像白話字**p**、華語注音符號ㄅ。越南羅馬字**p**很少出現在越南語，主要用於外來語。所以，有些語言學家不把它算是越南語的音素。

　　越南羅馬字**ph**所對應的音素是/f/，發音像華語注音符號ㄈ、英語**father**的**f**。初次學越南語的人較常誤把越南羅馬字**ph**當作送氣塞音/ph/，這點須注意。

　　越南羅馬字**d**、**gi**二個都是表記越南語音素/z/，發音像白話字**j**、華語注音符號不捲舌的ㄖ。各位須注意，越南羅馬字**d**的發音和英語的**d**是不同的語音。另外，**gi**只能表記/z/，並不是/zi/，所以在越南字裡**da**、**gia**兩者發音是一樣的，都唸成/za/。

　　越南羅馬字**g**所對應的音素有二個：/z/和/ɣ/。越南羅馬字**g**後面若接i，它就發/z/音，發音像白話字**j**、華語注音符號不捲舌的ㄖ。越南羅馬字**g**後面若接i以外的字母，就發濁擦音/ɣ/。/ɣ/音類似白話字**g**、華語注音符號濁化的ㄍ"。

越南羅馬字**gh**所對應的音素是濁擦音/ɣ/，發音類似白話字**g**、華語注音符號濁化的ㄍ"。濁擦音/ɣ/雖然和濁塞音/g/不完全一樣，但語音非常接近。越南語裡的濁擦音/ɣ/其實有[ɣ]和[g]的音素變體，和台語的**g**的音值有重疊。所以，初學者把越南羅馬字**gh**當作台語的**g**來發也可以。越南羅馬字**gh**後面一定接「前母音」**i, e, ê**。

越南羅馬字**k, q, c**所對應的音素都是/k/，發音像白話字**k**、華語注音符號ㄍ。當初會採用不同的符號表示同樣的語音，主要是因為當初參與設計的傳教士來自不同的語言背景。越南羅馬字**q**後面一定接介音/w/（文字符號**u**），譬如**quả**（水果）。若是**k**，後面一定接「前母音」**i, y, e**,或者**ê**,譬如**kê**（雞的漢越音）。其他的情形一定接**c**，譬如**cá**（魚）、**của**（的）。一定有讀者會感覺奇怪，為什麼**của**是用**c**而不是**q**？這是因為**quả**和**của**音節裡面的**u**是不同屬性的關係。越南語**quả**的**u**是介音，但**của**裡面的**u**和**a**合起來算是一個雙母音**ua**（發音[u‿ə]）。這從越南文字標調習慣可以看出來：若**qu**出現的時候，聲調一定標在**qu**以外的所在。

越南羅馬字**kh**所對應的音素是軟顎的清擦音/x/。越南話的清擦音/x/其實有[x]、[h]和[kʰ]的音素變體。這個音類似台語白話字**h**或者**kh**，華語ㄏ或者ㄎ，但發音時須稍微有那種要清喉嚨、吐痰的摩擦聲。建議初學者先用台語的**kh**來發越南話的清擦音/x/。越南南部人發**kh**時，較像/h/，和台語的**h**完全一樣。

可能有一些人會認為為何越南語及台語的清塞音**p t k**不送氣，與英文的發音習慣不一樣？其實這也是台灣人受KK音標誤導及對英語的誤解所造成的錯誤想法。茲說明如下：

越南語及台語的塞音有三種，亦即「不送氣清塞音」、「送氣塞音」及「濁塞音」均可找到最小對立組（minimal pairs）。但英語只有兩種，「清塞音」及「濁塞音」。亦即英語人士的清塞音不區分

「不送氣」及「送氣」的差別，而且是一種「無意識」的自然發音行爲，且他們之間呈現一種「互補分布」（complementary distribution）的關係。譬如說，英文的「spy」（爪扒仔）與「pie」（蛋糕派）這兩個詞裡的p，對英語人士來講，他們聽起來兩個p的發音都是一樣的（phonology音韻學的角度）。但是，若就語音學（phonetics）的角度，或從台語人士的聽覺來講，這兩個p的發音事實上是不同的，分別是不送氣的[p]與有送氣的[pʰ]。在這個例子，我們也可以說[p]與[pʰ]是英語的音素（phonemes）/p/的兩個「音素變體」或者「同位音」（allophones）。

p̲ ie	[pʰ aj]	有送氣
s p̲ y	[s p̲ aj]	不送氣

越南羅馬字**h**所對應的音素是/h/，發音像白話字**h**、華語注音符號ㄏ。

越南羅馬字**v**所對應的音素是脣齒音/v/，發音像英語**voice**的**v**。

越南羅馬字**r**所對應的音素是/ʐ/，發音類似華語注音符號ㄖ。

越南羅馬字**l**所對應的音素是邊音/l/，發音類似英語**late**的**l**、華語注音符號ㄌ。台語白話字裡雖然也有**l**，但它實際的發音較像越南話的**đ**。

越南羅馬字**x**所對應的音素是/s/，發音像白話字**s**、華語注音符號ㄙ。

越南羅馬字**s**所對應的音素是捲舌音/ʂ/，發音像華語注音符號ㄕ。初學越南語的人容易把越南羅馬字**x**、**s**搞混。各位須記得，**s**是有捲舌，**x**才是不捲舌。一般來說，河內的越南語是不分**x**和**s**。

越南羅馬字**m**所對應的音素是/m/，發音像白話字**m**。

越南羅馬字**n**所對應的音素是/n/，發音像白話字**n**。

越南羅馬字**nh**所對應的音素是/ɲ/，發音類似白話字**ng**。要發越南字**nh**語音，可以把它當作台語ng加上介音i。譬如，越南話**nhớ**發音像台語**ngio**，越南語**nha**發音像台語**ngia**。

越南羅馬字**ngh**、**ng**二個都是表記越南語音素/ŋ/，發音像白話字**ng**、英語**long**的**ng**、華語的ㄥ。越南羅馬字**ngh**一定出現在「前母音」**i, e, ê**的前面，其他的情形就用**ng**。

㈢越南語的聲調

有關越南話的聲調到底有幾個，這就要看分類的標準爲何；且各地方言的調類也不完全一樣。許多人都認爲越語有六種聲調，其實這是受越南字中的聲調符號所影響。當初傳教士僅在越南文字系統中表記六種聲調是因爲他們對聲調的掌握不夠充分，無法區分出以韻尾/p/（文字符號p）、/t/(t)、/k/（c或者ch）收尾的聲調，以至於將它們歸類到sắc或者nặng調類。若照傳統的分法，越語有八種聲調（參閱表4-16），其中的「入聲調」在越南字裡合併到「去聲調」。[3]以下各段落將針對越南語、台語及華語的聲調做對比分析介紹（Tưởng，2014）。各位讀者須特別注意，北京腔華語和台灣腔華語在二、三聲的調值（聲調的物理性質，特別是頻率的變化）已不完全一樣。

表4-16　越南話的傳統聲調調類

傳統調類	平		上		去		入	
傳統調類[4]	浮	沉	浮	沉	浮	沉	浮	沉
越南聲調名稱	ngang	huyên	hỏi	ngã	sắc	nặng	sắc	nặng
數字ê調值	33	21	313	435	35	3	5	3
IPA ê調值	˧	˨˩	˧˩˧	˦˧˥	˧˥	˧˨	˥	˧˨
註解							p t c ch 文字收尾	p t c ch 文字收尾

3　與越南社科院漢喃所教授Nguyen Quang Hong的個人訪談。

4　「浮」（phù）類就類似台灣或者中國的「陰」，「沉」（trầm）就是「陽」。

表4-17　北京腔及台灣腔華語的聲調差異

調類	媽 [ma] mẹ	麻 [ma] vừng	馬 [ma] ngựa	罵 [ma] trách	嗎 [ma] mạ
傳統調類	陰平	陽平	上聲	去聲	輕聲
數字調類	1	2	3	4	
漢語拼音的調符	-	ˊ	ˇ	ˋ	無符號
數字式調值（北京腔）	55	35	214	51	
IPA調值（北京腔）	˥	˧˥	˨˩˦	˥˩	
ㄅㄆㄇ式調符	無符號	ˊ	ˇ	ˋ	˙
數字式調值（台灣腔）	44	212	31	53	
IPA調值（台灣腔）	˦	˨˩˨	˧˩	˥˧	

　　越南語的「ngang調」若以五音階來看，它的調值（tone value）是33，也就是聲調的頻率變化從3出發到3停止（也可以用五線譜的mi調到mi調來比喻）。Ngang調和台語第一、七聲同樣是水平調（level tone），但聽起來頻率比台語第三聲（調值44）較低，比台語第七聲（22）較高，比華語第一聲（55）低。台灣人聽越南人發ngang調時，多數會認知為台語的第一聲。越南人聽台灣人發台語第一聲及第七聲時，多數無法度分別出兩者的差異，都會將它當作ngang調。由於越南語的「ngang調」特色是唯一水平的調值，因此在發音時會受前後音的影響，有時會有44或33的調值的變體。

　　越南語的「huyền調」（21）在調形和調值方面和台語第三聲（21）很相近。調值（21），也就是聲調的頻率變化從五音階的2出發到1停止（或者是從五線譜的re到do）。「huyền調」和台灣華語相比，比較像第三聲。

　　越南語標準的「hỏi調」是結合「下降」和「上升」的「降升

調」，調值是313。但是，現在許多河內的年輕人的hoi調的「上升」部分並不明顯。一般來說，越南語標準的「hỏi調」和台語的第五聲（212）比較接近，也類似台灣華語的第二聲或北京話的第三聲。但讀者須注意，台語第五聲有二種可能的調值，也就是降升調（212）和低升調（12）[5]。若是發（12）調值的台灣人，在學越語「hỏi調」時應注意加強聲調下降的部分。

越南語的「**ngã調**」（435）也是「降升調」，但它和「hỏi調」比起來整體調值較高，而且發音時間（time duration）較短。在越南語裡，並不是所有的越語方言都有「ngã調」，譬如胡志明市，並沒有「ngã調」。那裡的人都把「ngã調」發成「hỏi調」，所以在寫越南字時容易把「ngã調」寫成「hỏi調」。「ngã調」是越南語聲調裡面台灣人較生疏且難發的一個調類。若要發出「ngã調」，可以初步當作「hỏi調」，但發音的時間要相對較短，頻率要整體拉高。

越南語的「**sắc調**」實際上可細分為「高升」（35）和「高入聲」（5）二種調值。「高升」調值的「sắc調」聽起來像台語第九聲（譬如，發「紅紅紅」的左邊第一個紅的聲調）或北京話第二聲。「高入聲」的「sắc調」通常是出現於字尾有p、t、c、ch的音節，聽起來像台語的入聲調的第八聲。譬如，**sáng**和**sáp**雖然都是「sắc調」，但他們的調值不一樣：**sáng**的發音時間較長，聽起來較柔軟，像北京話的第二聲（麻）[6]；**sáp**的發音時間較短，聽起來較尖銳，像台語的第八聲。很多越南人，甚至是越語教師對於**sắc**調細分為二種調值的現象都不了解，因此常造成學生學習上的困擾。各位讀者應特別注意此現象。

越南語的「**nặng調**」相對其他的調類來說，發音時間較短。

---

[5]　台灣的年輕人的第五聲通常是屬於降升調（212）。

[6]　台灣華語的第二聲（調值212）和北京話的第二聲（調值35）其實是不一樣。台灣華語的第三聲（調值21）和北京話的第三聲（調值313）也不一樣。

「nặng調」也可以根據音節尾是否有p、t、c、ch收尾來細分二類。有p、t、c、ch收尾的聽起來像台語入聲調的第四聲或北京話的輕聲。無收尾的音節聽起來像台語第三聲，但發音時間稍微短一些；也有點像台語第四聲，但發音時間相對較長一些。譬如，động和đọc雖然都是「nặng調」，但仍有些微不同：động的調形類似台語第三聲和越語「huyền調」，但發音時間比「huyền調」短，比đọc長；đọc的發音時間比động短，較像台語的第四聲。

　　因為越南語很少有變調的現象，所以原則上怎麼說就怎麼寫。若遇到變調時，有時會標變調。比如，mười（數量10的意思）本調是mười，它若前面接數字，譬如hai mươi（20的意思），就會變調成mươi，書寫時就照變調寫mươi。若是因為地方腔調的關係導致聲調有不一樣的時候，不同聲調的標法有可能會同時存在，譬如「感恩」可以寫成「cám ơn」或者「cảm ơn」。會同時存在的原因大部分是因為這些腔調已經很普遍了；若是腔調不普遍的時候，那種腔調的寫法通常會被認為寫錯了。以上所講的這種處理腔調的方式不限定在聲調，也適用在子音和母音的拼字上。

四、結語

　　越南羅馬字在經過將近四百年的發展後，終於在20世紀中取代漢字而成為越南唯一的正式文字。台灣白話字在台灣的發展也已超過一百多年；白話字的發展目前已突破「教會人士使用」的階段而朝向全民使用的新時期。[7]雖然白話字的發展較越南羅馬字慢，但就越南

---

[7]　關於白話字是否只教會人士在使用，我們可以從近年白話字的作者、出版者、推廣者來看：金安文教機構及康軒文教事業等所出版的國小鄉土語言教材、台譯5%之世界文學台語版系列叢書、《台文通訊》、《台文罔報月刊》、《台灣字》期刊、《伊索寓言》台語版等非宗教出版品均有用白話字，成功大學台文系、真理大學台文系、中山醫學大學台語系等大學均

的成功例子，足以證明台語書面語要全面羅馬字化是有可能的。文字改革能否成功，通常取決於許多語言學和非語言學上的因素。就語言學的角度而言，白話字的設計比越南羅馬字簡單，又有系統性，實在足以擔任台灣的正式文字。

【原文曾發表於2003年「台灣的東南亞區域研究年度研討會」，台北，中研院，4月25-26日。曾刊載於2004年《東南亞學刊》1卷2期，頁65-84。本篇論文根據原文增補修訂後收錄於此。】

參考文獻

Chiung, Wi-vun Taiffalo (1999), *Language Attitudes toward Taibun, the Written Taiwanese.* MA thesis: The University of Texas at Arlington.

Chiung, Wi-vun Taiffalo. (2001), Romanization and language planning in Taiwan. *The Linguistic Association of Korea Journal* 9(1), 15-43.

Chiung, Wi-vun Taiffalo. (2003), *Learning Efficiencies for Different Orthographies: A Comparative Study of Han Characters and Vietnamese Romanization.* PhD dissertation: The University of Texas at Arlington.

Chiúⁿ, Ûi-bûn; Chiu Tēng-pang; Iûⁿ Hūi-jû (eds.) (2016), *The Odyssey of Taiwanese Scripts.* Tainan: Taiwanese Romanization Association & National Museum of Taiwan Literature.

DeFrancis, John. (1977), Colonialism and Language Policy in Viet-

---

有教授白話字，台灣羅馬字協會及高雄羅馬字協會等非教會團體亦在推廣白話字。以上的例子足以說明不是只有教會人士才在使用白話字。

nam. The Hague.

Đỗ, Quang Chính. (1972), *Lịch Sử Chữ Quốc Ngữ 1620-1659* [國語字歷史 1620-1659]. TPHCM: Tu Sách Ra Khơi.

Đoàn, Thiện Thuật. (1999), *Ngữ Âm Tiếng Việt* [越南語語音]. Hà Nội: NXB Đài Hộc Quốc Gia.

Hannas, William. (1997), *Asia's Orthographic Dilemma.* Hawaii: University of Hawaii Press.

Nguyen, Dinh Hoa. (1997), *Vietnamese.* John Benjamins.

Tưởng, Vi Văn.(2014), *Hiệu quả của Việc học chữ Hán và chữ Quốc ngữ* [漢字及越南羅馬字學習效率比較]（越文版）。台南：成大越南研究中心&亞細亞國際傳播社。

Thompson, Laurence. (1987), *A Vietnamese Reference Grammar.* Hawaii: University of Hawaii.

呂興昌（1994），〈白話字中的台灣文學資料〉，< http://www.dehan.org/pehoeji/tbcl/>

張裕宏（2001），《白話字基本論：台語文對應&相關的議題淺說》。台北：文鶴。

蔣為文（2001），〈白話字，囝仔人teh用ê文字？——台灣教會白話字ê社會語言學分析〉，《台灣風物》第51卷第4期，頁15-52。

蔣為文（2002），〈越南的去殖民化與去中國化的語言政策〉，收錄於施正鋒編《各國語言政策》，頁649-677。台北：前衛出版社。

蔣為文（2005），《語言、認同與去殖民》。台南：國立成功大學。

蔣為文（2007），《語言、文學kap台灣國家再想像》。台南：國立成功大學。

蔣為文（2011），《民族、母語kap音素文字》。台南：國立成功大學。

蔣為文（2014），《嗹講台語‧手寫台文》。台南：亞細亞國際播社。

蔣為文（2006），《牽手學台語‧越南語》。台南：國立成功大學。

蔣為文、周定邦、楊蕙如（2016），《探索台語白話字的故事》。台南：台灣羅馬字協會&國立台灣文學館。

鄭良偉、鄭謝淑娟（1977），《台灣福建話的語音結構及標音法》。台北：學生。

賴永祥（1990），《教會史話（第一輯）》。台南：人光出版社。

附件：

越南語羅馬字（chữ Quốc ngữ國語字）的音素—文字符號對應及拼字法
Vietnamese Phonemes and Their Corresponding chữ Quốc ngữ
V.2.0C Designed by Taiffalo Feb. 28, 2017

Phonemes 音素	IPA 國際音標	越南語文字符號及其出現的位置				Conditions 條件	Examples 例	Remarks 註明
		Onset 聲母	Glide 介音	Nucleus 韻腹	Coda 韻尾			
/p/	[p]	p				用於外來語	pin 電池	
					p		tạp 雜	
/t/	[t]	t					tôi 我	
					t		tốt 好	
/th/	[tʰ]	th					thu 秋	
/c/	[c]	ch					cho 給	
/tʂ/	[tʂ]	tr					trồng 種	方言
/k/	[k]	k				出現在前母音之前 /i e ɛ/(i, y, ê, e)	kia 那裡 ký 記 kê 雞 ke 牙垢	法語影響
		q				僅出現在介音之前 /w/(u)	quả 水果 quy 龜 que 小棍子	
		c				其他位置	cũ 舊 cữ 仍然 cô 姑 cơ 肌 con 子女 cá 魚	
					c	其他位置	khác 其他	
	[k͡p]				c	出現在圓唇的後母音之後 /u ɔ o/(u, o, ô)	ục 揍 học 學 ốc 田螺	
	[c]				ch	出現在前母音之後/i e ɛ/	thích 喜歡 ếch 青蛙 sách 書冊	
/b/	[b]	b					ba 三	註*1
/d/	[d]	đ					đi 走去	註*1
/f/	[f]	ph					phải 必須	古希臘語
/s/	[s]	x				需學習	xa 遠	
/ʂ/	[ʂ]	s				需學習	sa 落入	方言

Phonemes 音素	IPA 國際音標	越南語文字符號及其出現的位置				Conditions 條件	Examples 例	Remarks 註明
		Onset 聲母	Glide 介音	Nucleus 韻腹	Coda 韻尾			
/x/	[x]	kh					khi…的時候	
/h/	[h]	h					hỏi 問	
/v/	[v]	v					về 回去	
/z/	[z]	d				須學習	di 移 dì 姨 da 皮膚 dẻ 栗子	
		gi				須學習（常用在漢越詞）	gia 家 giữ 看守 giẻ 布	義大利語影響
		g				在高前母音前 /i/(i)	gì 什麼 giếng 井	
/ʐ/	[ʐ]	r				須學習	ra 出去	方言
/ɣ/	[ɣ]	g				其他位置	gà 雞	法語及義大利語影響
		gh				在前母音之前 /i e ɛ/ (i, ê, e)	ghi 紀錄 ghê 發麻 ghe 木船	
/l/	[l]	l					là 是	
/m/	[m]	m					mẹ 母親	
					m		nam 南	
/n/	[n]	n					nam 南	
					n		đen 黑色	
/ɲ/	[ɲ]	nh					nhớ 記得	葡萄牙語影響
/ŋ/	[ŋ]	ng				其他位置	ngọc 玉	和 g 及 gh 的條件一致
		ngh				在前母音之前 /i e ɛ/ (i, ê, e)	nghi 休息 nghề 行業 nghe 聽	
					ng		hàng 貨物	
	[ŋ͡m]				ng	在圓唇的後母音之後 /u ɔ o/(u, o, ô)	ung 腐臭 cong 彎曲 công 公	雙重結束
	[ɲ]				nh	在前母音之後 /i e ɛ̆/	tinh 精 ềnh 展開地 nhanh*2 快	和韻尾 ch 同條件

Phonemes 音素	IPA 國際音標	越南語文字符號及其出現的位置				Conditions 條件	Examples 例	Remarks 註明
		Onset 聲母	Glide 介音	Nucleus 韻腹	Coda 韻尾			
/w/	[w]		u			在高母音之前 /i e ɤ ɤ̆/ (y, ê, ơ, â) 或在文字q後 /k/(q)	nguy 危 Huế 順化 thuở 時期 xuân 春 que 小棍子 quả 水果 quốc*3 國	
			o			在低母音之前 /ɛ a ă/ (e, a, ă)	khoẻ 健康 hoa 花 xoăn 捲曲	
/i/	[i]			i		其他位置	khi…的時候	註*4
				y		常用於漢越詞	đồng ý 同意	註*4
/e/	[e]			ê			ghế 椅子	
/ɛ/	[ɛ]			e			em 人稱	
/ɛ̆/	[ɛ̆]			a		僅用於 -anh, -ach	thanh 聲音 sách 書冊	
/u/	[u]			u			cũ 舊	
/ɯ/	[ɯ]			ư			từ 詞	
/o/	[o]			ô		其他位置	cô 姑	
				ôô		在以下音素之前 /ŋ k/(ng, c)	côông côốc	僅少數案例
/ɤ/	[ɤ]			ơ			thơ 詩	
/ɤ̆/	[ɤ̆]			â			thấy 看見	
/ɔ/	[ɔ]			o		其他位置	co 收縮	
				oo		在以下音素之前 ŋ k/(ng, c)	coong xoong 鍋子 moóc 海象	僅少數案例
/ɔ̆/	[ɔ̆]			o		在以下音素之前 /ŋ k/(ng, c)	cong 彎曲 cóc 蟾蜍	
/a/	[a]			a			và 以及 an 安	
/ă/	[ă]			ă		其他位置	ăn 吃東西	
				a		在以下韻尾之前 y, u	tay 手臂 sau 稍後	
/i‿e/	[i‿e]			iê		其他位置	tiên 先	
				yê		在喉塞音/ʔ/或 介音/w/之後	yêu 愛 truy n 故事	
	[i‿ə]			ia		沒有介音/w/ 且沒有韻尾時	bia 啤酒 ia 大便	
				ya		介音/w/之後 且沒有韻尾時	khuya 午夜	

Phonemes 音素	IPA 國際音標	越南語文字符號及其出現的位置				Conditions 條件	Examples 例	Remarks 註明
		Onset 聲母	Glide 介音	Nucleus 韻腹	Coda 韻尾			
/u‿o/	[u‿o]			uô		其他位置	chuông 鐘 uống 喝 quốc*3 國	
	[u‿ə]			ua		沒有韻尾	vua 國王 của 的 ùa 蜂擁	
/ɯ‿ɤ/	[ɯ‿ɤ]			ươ		其他位置	được 可以	
	[ɯ‿ə]			ưa		沒有韻尾	mưa 下雨	
/w/	[w]				o	其他位置	vào 進入 sao 星星 keo 膠水	
	[w:]				u	在高母音之後 /i e ɯ ɤ ɯ‿ɤ i‿e/(i, ê, ư, â, ươ, iê, yê)或 短母音之後 /ă ɤ̆/(a, â)	chịu 忍受 kêu 叫 cứu 救 Âu 歐洲 rượu 酒 kiêu 驕傲 yêu 愛 sau 稍後 đâu 何處	
/j/	[j]				i	其他位置	tai 耳朵	
	[j:]				y	短母音之後 /ă ɤ̆/(a, â)	tay 手臂 ấy 那個	註*4

註

*1有些學者認為越南語音素/b/和/d/分別是閉塞音（implosive）[ɓ]和[ɗ]。發這兩個音時通常會先喉塞音化（preglottalized）且濁化（voiced），IPA記為[ʔb]和[ʔd]。

*2在這個案例中a其實是短前元音[ɛ]。

*3在古時候，quốc的發音是[kwɤ̆k]（如同quắc的發音），但當今它發成[ku‿ok]（如同cuốc）。在quốc的拼字裡，u字母代表雙母音/u‿o/的前半段部分，而非屬於介音（glide）的/w/。

*4字母y通常用在表記漢越詞（從漢語進到越語的外來語）。但是，y有時是用在區分韻腹或韻尾的差別，譬如túi（i是韻尾）和tuý（y是韻腹）；有時用在長短音的差別，譬如tai（i是短的半母音）和tay（y是長的半母音）。

第五章

TÀI LIỆU VÀ PHƯƠNG PHÁP GIẢNG DẠY TIẾNG VIỆT CHO NGƯỜI NƯỚC NGOÀI

PGS.TS. LÊ KHẮC CƯỜNG[1]

[1] Trưởng khoa Việt Nam học, Trường Đại học Khoa học Xã hội và Nhân văn – Đại học Quốc gia TPHCM

Tóm tắt:

Việt Nam học chính thức trở thành một ngành khoa học nghiên cứu về Việt Nam cách đây khoảng 20 năm, nhưng những nghiên cứu dưới giác độ Khu vực học, Đất nước học, trong đó có những nghiên cứu về Việt Nam, về việc giảng dạy tiếng Việt thì đã có từ rất lâu đời. Hai mươi năm qua, ngành Việt Nam phát triển nhanh. Hiện nay tại Việt Nam đã có gần 100 đơn vị đào tạo ngành Việt Nam học bậc cao đẳng, đại học và sau đại học. Trên thế giới ngành Việt Nam học và ngành Tiếng Việt cũng đã có mặt tại một số trường đại học, cao đẳng. Tiếng Việt đã được giảng dạy tại nhiều nơi trên thế giới. Ở Hàn Quốc môn tiếng Việt đã được dạy tại một số trường trung học. Đặc biệt, năm 2018, Đài Loan sẽ đưa tiếng Việt vào dạy ở bậc tiểu học, bắt đầu từ lớp 3. Taiwan News dẫn nguồn cơ quan quản lý Giáo dục Đài Loan cho biết nhu cầu đối với giáo viên dạy tiếng Việt tại đây là 67%; giáo viên tiếng Indonesia là 18%, và các tiếng khác ở Đông Nam Á gồm Myanmar, Campuchia, Philippines, Malaysia và Thái Lan gộp lại là 15%[2]. Nhu cầu học tiếng Việt và văn hoá Việt Nam đang tăng khá nhanh đã làm bùng nổ sách dạy tiếng Việt thuộc nhiều cấp độ. Phương pháp giảng dạy cũng hết sức phong phú. Mục đích của bài viết này nhằm điểm lại các sách dạy tiếng cũng như phương pháp giảng dạy tiếng Việt như một ngoại ngữ tại Việt Nam cũng như một số nước trên thế giới.

Từ khoá: Tiếng Việt, Việt Nam học, phương pháp giảng dạy, ngoại ngữ, sách dạy tiếng.

---

[2] Đài Loan săn giáo viên dạy tiếng Việt, Tuoitreonline, 29/05/2017 11:29 GMT+7

1. Tài liệu, sách dạy tiếng Việt như một ngoại ngữ

Theo thống kê chưa đầy đủ thì chỉ riêng tại Việt Nam đã có non 100 bộ sách dạy tiếng Việt cho người nước ngoài, chưa kể vài chục bộ khác tại nhiều nơi trên thế giới như Hoa Kỳ, Đài Loan, Hàn Quốc, Australia, Thái Lan, Nhật Bản, Trung Quốc, ...

Sau ngày Việt Nam thống nhất, nhất là sau khi đổi mới (1986), tiếng Việt được quan tâm nhiều hơn. Nhiều người nước ngoài đến Việt Nam để làm việc, du lịch, học tập. Một số nước trên thế giới cũng đưa tiếng Việt vào giảng dạy tại trường tiểu học, trung học và cả cao đẳng, đại học. Tại Việt Nam, từ Nam chí Bắc đã có 100 chương trình đào tạo Việt Nam học bậc cao đẳng, đại học. Ngoài chuyên ngành Du lịch - nằm trong ngành Việt Nam học - đào tạo các hướng dẫn viên, cán bộ quản lý, điều hành du lịch phục vụ đối tượng du khách nước ngoài lẫn người Việt, cũng có khá nhiều trường xây dựng chương trình đào tạo Việt Nam học dành cho sinh viên quốc tế, trong đó thời lượng các môn tiếng Việt chiếm từ 40-60% chương trình bên cạnh những kiến thức về Việt Nam học như văn hoá Việt Nam, lịch sử Việt Nam, kinh tế - xã hội Việt Nam, …

Để đáp ứng nhu cầu học tập đó, nhiều bộ sách dạy tiếng Việt lần lượt ra đời phục vụ cho đối tượng học viên thuộc nhiều quốc tịch với mục đích học tập khác nhau như: *Intermediate Spoken Vietnamese* (Franklin E. Huffman và Trần Trọng Hải, 1978), *Giáo trình cơ sở tiếng Việt thực hành* (Khoa Tiếng Việt, Trường Đại học Tổng hợp Hà Nội, 1980), *Giáo trình tiếng Việt cho người nước ngoài* (Bùi Phụng, 1987), *Tiếng Việt cho người nước ngoài* (Nguyễn Anh Quế, 1994), *Modern Vietnamese for Foreigners* (Bùi Phụng, 1994), *Spoken Vietnamese for Beginners - Học nói tiếng Việt* (Nguyen Long, Marybeth

Clark, Nguyen Bich Thuan, 1994), *Vietnamese* (Bửu Khải - Phan Văn Dưỡng, 1994), *Colloquial Vietnamese* (Tuan Duc Vuong - John Moore, 1994), *Tiếng Việt cho người nước ngoài* (Nguyễn Anh Quế, 1994), *Việt ngữ đàm thoại* (Bac Hoai Tran, 1996), *Tiếng Việt cho người nước ngoài* (Mai Ngọc Chừ, 1995), *Studying Vietnamese through English* (Mai Ngọc Chừ, 1996), *Tiếng Việt cơ sở* (Vũ Văn Thi, 1996), *Viet-namese* (Dana Healy, 1997), *Tiếng Việt nâng cao* (Nguyễn Thiện Nam, 1998), *Tiếng Việt sơ cấp - Elementary Vietnamese* (Ngô Như Bình, 1999), *Thực hành tiếng Việt,* 3 tập cho 3 trình độ A, B, C - *sách dùng cho người nước ngoài (Đoàn Thiện Thuậ*t chủ biên, 2004), *Quê Việt – Sách dạy tiếng Việt* (Mai Ngọc Chừ, 2008), *Tiếng Việt cho du lịch* (Mai Ngọc Chừ, 2008), ...

Khoa Việt Nam học - Trường ĐHKHXH&NV- ĐHQG TPHCM hiện là một trong những trung tâm đào tạo tiếng Việt và văn hoá Việt Nam lớn nhất tại Việt Nam. Nơi đây hàng năm thu hút hơn 4000 lượt học viên từ 84 quốc gia, vùng lãnh thổ thuộc tất cả các châu lục đến học, chưa kể hơn 250 sinh viên quốc tế ở hai bậc học là đại học và cao học. Từ những năm 90, Khoa Việt Nam học đã ra mắt *Giáo trình tiếng Việt cho người nước ngoài* gồm 6 cuốn, trong đó 4 cuốn đầu đã được xuất bản và tái bản nhiều lần. Cuốn 5 và 6 đang được giảng dạy nội bộ tại Khoa. Bộ sách này chủ yếu sử dụng để dạy cho các học viên học tiếng Việt ngắn hạn. Ngoài ra, các sách công cụ, giáo trình giảng dạy khác cũng được xuất bản, phục vụ đào tạo như Từ điển ngữ pháp tiếng Việt cơ bản (Song ngữ Việt–Anh), các giáo trình Đọc, Nghe, Đọc truyện ngắn, Luyện viết, Luyện nói, v.v.. Hệ thống giáo trình của Khoa đã được đánh giá tốt và được sử dụng tại nhiều trường dạy tiếng Việt tại Việt Nam lẫn nước ngoài. Nhiều trường đại học, trung tâm ngoại ngữ tại Nhật Bản, Hàn Quốc, Hoa Kỳ, Đài Loan, Đức, … đã đặt mua các giáo trình dạy tiếng của Khoa.

Hai trung tâm đào tạo Việt Nam học và tiếng Việt có uy tín khác ở Hà Nội là Khoa Việt Nam học của Đại học Sư phạm Hà Nội và Khoa Việt Nam học và Tiếng Việt của Trường ĐHKHXH&NV – ĐHQG Hà Nội. Hai đơn vị này có chương trình đào tạo bậc đại học, cao học ngành Việt Nam học và các chương trình tiếng Việt cho học viên quốc tế giống như Khoa Việt Nam học - Trường ĐHKHXH&NV – ĐHQG TPHCM. Hệ thống giáo trình dạy tiếng Việt của hai khoa này phong phú, đáp ứng đối tượng học viên đa dạng tại Hà Nội.

Ngoài ra, tại Việt Nam hiện có cả trăm trung tâm dạy tiếng Việt cho người nước ngoài, tập trung tại các tỉnh, thành phố có đông người nước ngoài sinh sống, học tập như TPHCM, Hà Nội, Đà Nẵng, Huế, Cần Thơ,... Nhiều trung tâm cũng có giáo trình, sách, tài liệu riêng, thậm chí có cả chương trình học tiếng Việt online, offline trên mạng internet.

Có thể nói, hệ thống giáo trình, tài liệu giảng dạy, học tập tiếng Việt rất phong phú, đa dạng và đáp ứng tốt cho nhiều đối tượng người học khác nhau (sinh viên, học viên sau đại học, doanh nhân, nhà ngoại giao, du khách,...) với những mục đích học tập khác nhau (làm việc, giao tiếp, nghiên cứu,...). Hệ thống giáo trình tại Việt Nam cùng với các tài liệu, giáo trình xuất bản tại nước ngoài đã góp phần tích cực vào việc giảng dạy tiếng Việt như một ngoại ngữ cho sinh viên, học viên bậc đại học, cao học xem tiếng Việt như một đối tượng nghiên cứu, học tập lẫn học viên các lớp ngắn hạn, với mục đích học tiếng Việt để giao tiếp, trẻ em trong các gia đình đa văn hoá đang sinh sống tại nước ngoài học.

Nội dung, cấu trúc của các giáo trình, tài liệu giảng dạy tiếng Việt khá giống nhau, thường gồm một hoặc một số bài đọc, sau đó là những chú giải về từ vựng, cấu trúc ngữ pháp, các bài tập ôn luyện cách dùng từ, đặt câu theo cấu trúc ngữ pháp có trong bài đọc, tập viết đoạn văn, bài văn ngắn. Sách dành cho bậc sơ cấp thường đơn giản hơn, kết hợp với hình ảnh, có thêm phần luyện phát âm, ghép vần. Sách dành cho bậc trung và cao cấp bổ sung bài đọc thêm, luyện viết theo các chủ đề phức tạp, có độ khó cao, theo hướng viết học thuật (academic writing). Hầu hết sách dạy tiếng đều có kèm bang, đĩa CD để học viên luyện phát âm, luyện nghe.

Sau khi Bộ Giáo dục và Đào tạo Việt Nam ban hành Khung năng lực tiếng Việt cho người nước ngoài theo Thông tư số 17/2015/TT-BGDĐT ngày 01 tháng 09 năm 2015 thì việc xây dựng giáo trình, tài liệu tiếng Việt tại Việt Nam có thể sẽ thay đổi nhằm bám sát nội dung về chuẩn kiến thức và kỹ năng theo quy định tại văn bản kể trên, cũng như đáp ứng yêu cầu của các kỳ thi Năng lực tiếng Việt theo định hướng 6 bậc: Bậc 1 – tương đương bậc A1 theo khung tham chiếu châu Âu; Bậc 2 – A2; Bậc 3 – B1; Bậc 4: B2; Bậc 5: C1 và Bậc 6 – C2. Có thể kể một số giáo trình, tài liệu dạy tiếng Việt xuất bản tại Việt Nam đang được nhiều cơ sở sử dụng:

(1) Bùi Thị Phương Chi, Dương Thị Thu Hương, Nguyễn Vân Phổ (2014), *Giáo trình tiếng Việt trung cấp, Luyện nghe (dành cho học viên nước ngoài)*, Nxb ĐHQG TPHCM

(2) Mai Ngọc Chừ (1996), *Tiếng Việt cho người nước ngoài 'Vietnamese for Foreigners'*, Nxb Giáo dục.

(3) Mai Ngọc Chừ, Trịnh Cẩm Lan (2014), *Tiếng Việt cơ sở – Vietnamese for Foreigners (Elementary Level)*, Nxb Phương Đông.

(4) Phan Văn Giưỡng (2010), *Modern Vietnamese 1 (Tiếng Việt hiện đại 1) - Vietnamese for Overseas Vietnamese & Foreigners*, Nxb Văn hóa - Văn nghệ TP.HCM.

(5) Phan Văn Giưỡng (2010), *Modern Vietnamese 2 (Tiếng Việt hiện đại 2) - Vietnamese for Overseas Vietnamese & Foreigners*, Nxb

Văn hoá Sài Gòn.

(6) Nguyễn Thị Ngọc Hân (2014), *Luyện viết đúng từ và câu tiếng Việt*, Nxb ĐHQG TPHCM.

(7) Dana Healy (2012), *Vietnamese – A Complete Course for Beginners (Tiếng Việt cho người nước ngoài)*, Nxb Tổng Hợp TPHCM.

(8) Nguyễn Văn Huệ (cb.) (1994), *Giáo trình tiếng Việt cho người nước ngoài, quyển 1*, Nxb ĐHQG Tp. HCM.

(9) Nguyễn Văn Huệ (cb.) (1995), *Giáo trình tiếng Việt cho người nước ngoài, quyển 2*, Nxb ĐHQG Tp. HCM.

(10) Nguyễn Văn Huệ (cb.) (2003), Giáo *trình tiếng Việt cho người nước ngoài, quyển 3*, Nxb Giáo dục.

(11) Nguyễn Văn Huệ (cb.) (2004), Giáo *trình tiếng Việt cho người nước ngoài, quyển 4*, Nxb Giáo dục.

(12) Nguyễn Việt Hương (2010), *Giáo trình tiếng Việt cơ sở, quyển 1* và 2, Nxb ĐHQG Hà Nội.

(13) Nguyễn Văn Lai (cb.) (1980), *Giáo trình tiếng Việt thực hành, Tập I*, Đại học Tổng hợp Hà Nội.

(14) Nguyễn Thanh Phong (2017), *Giáo trình tiếng Việt trung cấp - Đọc (dành cho học viên nước ngoài)*, Nxb ĐHQG TPHCM.

(15) Nguyễn Thanh Phong (2017), *Giáo trình tiếng Việt nâng cao - Đọc (dành cho học viên nước ngoài)*, Nxb ĐHQG TPHCM.

(16) Nguyễn Văn Phúc (cb.) (2007), *Tiếng Việt cho người nước ngoài 'Vietnamese for Foreigners' (Chương trình cơ sở 'Elementary Level')*, Nxb KHXH.

(17) Bùi Phụng (cb.) (1995), *Tiếng Việt cho người nước ngoài – Learning Modern Spoken Vietnamese*, Nxb Giáo dục, Hà Nội.

(18) Nguyễn Anh Quế (1994), *Tiếng Việt cho người nước ngoài*, Nxb Giáo dục, Hà Nội.

⑲ Trần Thị Tâm, Nguyễn Thị Hoàng Yến, *Giáo trình tiếng Việt cao cấp- Luyện đọc truyện* ngắn *(dành cho học viên nước ngoài)*, Nxb Giáo dục Việt Nam.

⑳ Đoàn Thiện Thuật (cb.) (2007), *Tiếng Việt (Sách dành cho người nước ngoài) - Trình độ A*, Tập 1 và Tập 2, Nxb Thế giới.

㉑ Đoàn Thiện Thuật (cb.) (2004), *Thực hành tiếng Việt (Sách dành cho người nước ngoài) – 3 tập (Trình độ A, B, C)*, Nxb Thế giới.

㉒ Nguyễn Minh Thuyết (1995), *Tiếng Việt cấp tốc (song ngữ Việt - Pháp) - (Cours Intensif De Vietnamien)*. Nxb Giáo dục.

㉓ Trần Thị Chung Toàn (2001), *Tiếng Việt cơ sở cho người Nhật*, Nxb ĐHQG Hà Nội.

㉔ Trần Thuỷ Vịnh, Trần Thị Minh Giới (2017), *Giáo trình tiếng Việt trung cấp nói (dành cho người nước ngoài)*, Nxb ĐHQG TPHCM.

Riêng tại Đài Loan, nhu cầu học tiếng Việt hiện nay là rất cao và tăng rất nhanh. Các trường đại học, học viện sau đây có chương trình đào tạo tiếng Việt[3]:

Tên trường	Đơn vị mở lớp	Đối tượng học
Đại học Quốc lập Sư phạm Đài Loan	Viện giảng dạy Hoa ngữ	Sinh viên cao học
Học viện Thiết kế Đông Phương	Trung tâm ngoại ngữ	Sinh viên đại học
Đại học Quốc lập Quốc tế Chi Nan	Viện nghiên cứu Đông Nam Á	Sinh viên cao học, sinh viên đại học

---

[3] Theo Thích Giải Hiền (Trần Trọng Tài), *Một số thực tiễn trong giảng dạy tiếng Việt - vấn đề ngữ âm, ngữ pháp trong giảng dạy tiếng Việt cho sinh viên Đài Loan,* Báo cáo tham gia hội thảo khoa học quốc tế Việt Nam học lần II, 2011.

Tên trường	Đơn vị mở lớp	Đối tượng học
Đại học Quốc lập Kỹ thuật Vân Lâm	Học viện Quản lý	Sinh viên đại học
Đại học Quốc lập Đài Loan	Khoa Ngôn ngữ Văn học Nhật Bản	Sinh viên đại học
Học viện Ngoại ngữ Văn Tảo	Khoa Hoa ngữ Ứng dụng	Sinh viên đại học
Đại học Kỹ thuật Ứng dụng Cao Hùng	Khoa Ngoại ngữ Ứng dụng	Sinh viên đại học
Đại học Kỹ thuật Thụ Đức	Khoa Ngoại ngữ Ứng dụng	Sinh viên đại học
Trường Cao đẳng Quản lý Y tế Từ Huê	Chương trình Đại học Đại Cương	Sinh viên
Đại học Chính trị	Trung tâm Ngoại văn	Sinh viên
Đại học Quốc gia Thành Công	Trung tâm Nghiên cứu Việt Nam Trung tâm ngoại ngữ	Sinh viên và học viên bên ngoài
Đại học Thực Tiễn	Khoa Quản lý Rủi ro và Bảo hiểm	Sinh viên
Đại học Kỹ thuật Mỹ Hòa	Khoa Ngoại ngữ Ứng dụng	Sinh viên

Bên cạnh đó tại Đài Loan có không ít trung tâm, cá nhân giảng dạy tiếng Việt phục vụ nhu cầu đa dạng của người học. Các tài liệu học tiếng Việt xuất bản tại Đài Loan rất phong phú, đa dạng, nhất là sách dạy tiếng Việt sơ cấp, tiếng Việt cho trẻ em. Ngoài Việt Nam, có thể nói tốc độ và số lượng các sách dạy tiếng Việt được xuất bản tại Đài Loan thuộc loại cao nhất hiện nay, vượt qua cả Hoa Kỳ, Hàn Quốc

– những quốc gia có đông người Việt sinh sống cũng như có đông người bản ngữ chọn tiếng Việt là ngoại ngữ. Sách dạy tiếng Việt của các tác giả có uy tín như Tưởng Vi Văn, Nguyễn Thị Liên Hương, ... được biên soạn công phu, nội dung tốt, có lưu ý đến các yếu tố văn hoá, có nhiều hình ảnh, ấn loát đẹp và đều theo hướng giao tiếp. Theo chúng tôi, các bộ sách này đáp ứng đầy đủ việc dạy tiếng Việt trình độ sơ cấp/tiếng Việt cho trẻ em, phù hợp với hoàn cảnh xã hội và văn hoá Đài Loan, không nhất thiết phải sử dụng các bộ sách của Việt Nam hay của các nước khác. Ở các bậc học cao hơn, có thể sử dụng các sách in tại Việt Nam.

2. Phương pháp giảng dạy tiếng Việt như một ngoại ngữ

Hiện nay có rất nhiều phương pháp giảng dạy ngoại ngữ. Các phương pháp được nhắc đến nhiều là phương pháp ngữ pháp - dịch (Grammar -Translation Method), phương pháp trực tiếp (Direct Method), phương pháp nghe - nói (Audio-lingual Method), phương pháp giảm trở ngại (Desuggestopedia), phương pháp cộng đồng (Community Language Learning),... Hầu hết các phương pháp ít nhiều dựa trên thành tựu của Ngôn ngữ học so sánh – đối chiếu (Comparative - Contrastive Linguistics). Dưới đây là một số phương pháp thường được sử dụng:

2.1 Phương pháp ngữ pháp - dịch (Grammar - Translation Method)

Đây là một trong những phương pháp ra đời sớm nhất, từ đầu thế kỷ XIX. Với mục đích đọc hiểu văn bản, phương pháp ngữ pháp - dịch tập trung phát triển kỹ năng đọc hiểu, nắm bắt ngữ pháp và dịch văn bản từ ngôn ngữ nguồn sang ngôn ngữ đích hoặc ngược lại. Thực hành giao tiếp hạn chế nên kỹ năng nghe, nói của người học không được rèn luyện.

2.2 Phương pháp trực tiếp (Direct Method)

Phương pháp này ra đời từ đầu thế kỷ XX với mục đích khác hẳn phương pháp ngữ pháp – dịch, đó là hướng đến việc giao tiếp trực tiếp chứ không phải để dịch thuật văn bản.

Gọi là phương pháp trực tiếp vì người dạy giới thiệu từ vựng thông qua vật thể, tranh ảnh hoặc cử chỉ thay vì dịch từ ngôn ngữ này sang ngôn ngữ kia. Nội dung các bài giảng chủ yếu dựa trên các tình huống trong thực tế cuộc sống. Kỹ năng nói được nhấn mạnh hơn và được giảng dạy trước, sau đó mới đến kỹ năng đọc hiểu và viết. Do thiên về giao tiếp nên phương pháp trực tiếp thiên về học theo tình huống, cung cấp vốn từ vựng nhiều hơn ngữ pháp, các cấu trúc ngữ pháp dựa theo tình huống có trong bài đọc. Phương pháp trực tiếp hầu như không sử dụng tiếng mẹ đẻ của học viên trong lớp học.

Có thể nói đây là một phương pháp dạy ngoại ngữ khá hiệu quả, chú ý đến hội thoại nên hấp dẫn và sống động. Học viên tham gia tích cực vào quá trình học, kỹ năng phát âm, diễn đạt được rèn luyện nhiều thông qua các bài học tại lớp.

2.3 Phương pháp nghe - nói (Audio-lingual Method)

Phương pháp nghe – nói chú trọng kỹ năng nghe và nói hơn kỹ năng đọc và viết. Các chủ đề của bài học là cuộc sống hàng ngày. Người học nghe giáo viên nói và lặp lại đúng giọng, thực hành các cấu trúc câu thông qua đối thoại mẫu. Các bài tập chú trọng việc thay thế từ vựng trong các cấu trúc mẫu nhằm vừa ghi nhớ cấu trúc đó, vừa bổ sung vốn từ cùng từ loại. Phương pháp này lưu ý hai chiều trong quy trình tạo lập ngôn ngữ là chiều kết hợp (mẫu cấu trúc) và chiều lựa chọn (chọn từ ngữ thay thế). Học viên không được sử dụng tiếng mẹ đẻ trong quá trình học tại lớp. Phương pháp này ít nhiều bị phê phán là phương pháp nhồi sọ, lặp đi lặp lại đến mức nhàm chán; người học không được chủ động trong quá trình học mà nhất nhất phải làm theo giáo viên.

2.4 Phương pháp cộng đồng (Community Language Learning)

Phương pháp cộng đồng xuất hiện vào thập niên 70 của thế kỷ XX. Nó hướng đến mục đích giao tiếp, phát huy tính chủ động của người học cũng như kỹ năng học hỏi lẫn nhau, học hỏi cộng đồng. Người dạy có vai trò như người tư vấn. Người học có thể chọn chủ đề và tài liệu, tài nguyên học tập. Kỹ năng nghe và nói được chú trọng. Tiếng mẹ đẻ được sử dụng trong thời gian đầu và giảm thiểu khi vốn từ ngữ đã phát triển.

Phương pháp này hiệu quả với người lớn tuổi, người có kỹ năng ngôn ngữ thấp, giúp họ cảm thấy tự tin dần, nhất là trong giai đoạn đầu vì được sử dụng tiếng mẹ đẻ khi cần thiết, người dạy hướng dẫn nhẹ nhàng như người tư vấn. Phương pháp cộng đồng đòi hỏi giáo viên phải nắm cả tiếng mẹ đẻ của học viên lẫn ngôn ngữ đích mà học viên muốn học.

Gần đây, việc dạy tiếng Việt cho người nước ngoài còn chú trọng đến phương diện văn hoá - ngôn ngữ của tiếng Việt cũng như tiếng mẹ đẻ của học viên. Việc "phát hiện" ra yếu tố văn hoá trong dạy tiếng đã tác động đến phương pháp và nội dung giảng dạy: từ việc chỉ tập trung vào các yếu tố bên trong ngôn ngữ đến việc chú ý đến cả các yếu tố bên ngoài ngôn ngữ; từ năng lực ngôn ngữ (linguistic competence) đến năng lực ngữ học xã hội (sociolinguistic competence); từ phương pháp giao tiếp (communicative approach) đến phương pháp giao tiếp liên văn hoá (intercultural communicative approach),... Điều này cho thấy rằng, khi học ngoại ngữ, người học không chỉ gặp trở ngại do sự khác biệt giữa ngôn ngữ nguồn và ngôn ngữ đích (liên quan đến ngữ âm, từ vựng, ngữ pháp) mà còn do đặc trưng văn hoá đa dạng, khác biệt nhau nằm ẩn trong ngôn ngữ. Sự khác biệt giữa nền văn hoá riêng của người học/văn hoá nguồn (home culture) và nền văn hoá mà trong đó ngôn ngữ đích đang hoạt động/văn hoá đích (target culture) có thể gây mâu thuẫn và hiểu lầm khi giao tiếp. Do giá trị văn hoá được thể hiện qua ngôn ngữ nên không thể tránh khỏi cách suy nghĩ và biểu đạt ngôn ngữ chịu ảnh hưởng của văn hoá nguồn và chuyển tải một cách vô thức sang ngôn ngữ đích trong giao tiếp liên văn hoá. Thực tế cho thấy, điều khó khăn đối với người học ngoại ngữ không chỉ là do khác biệt về ngôn ngữ, mà là khác biệt văn hoá[4].

Tóm lại, ngoài phương pháp ngữ pháp – dịch chủ yếu dạy kỹ năng đọc, hiểu, dịch thuật văn bản khá kén chọn người học, theo chúng tôi, các phương pháp còn lại đều có thể sử dụng một cách linh hoạt trong quá trình dạy – học ngoại ngữ, tuỳ vào đối tượng học viên và mục đích học tiếng của học viên.

Đối tượng học viên là người Đài Loan gặp khá nhiều thuận lợi khi học tiếng Việt. Không kể những trẻ em trong các gia đình đa văn hoá ít nhiều được mẹ (hoặc bố) là người Việt hướng dẫn từ bé, các học viên là người Đài Loan cũng không khó khăn lắm khi tiếp cận tiếng Việt. Học viên Đài Loan có thể nói tiếng Mân Nam (tiếng Đài) hoặc Khách Gia. Về cơ bản hai ngôn ngữ này có nhiều điểm tương đồng về ngữ âm, từ vựng, cú pháp với tiếng Việt nên hiện tượng chuyển di tiêu cực (negative transfer) không lớn.

---

4   Trần Thuỷ Vịnh, Về truyền tải kiến thức văn hoá trong giảng dạy Tiếng Việt cho học viên nước ngoài, Tạp chí Phát triển Khoa học và Công nghệ., ĐHQG TPHCM số X3/2013, tập 16, trang 96-105

Về ngữ âm, tiếng Khách Gia khá giống tiếng Việt, và đều là những ngôn ngữ có thanh điệu nên học viên không gặp trở ngại lớn khi phát âm. Học viên Đài Loan nói tiếng Đài Loan khó khăn hơn một ít do hệ thống phụ âm của tiếng Đài Loan không có một số âm mũi như nh, không có âm xát v,... Một số phụ âm có sự khác biệt trong phương thức cấu tạo như /d/ trong tiếng Đài Loan là phụ âm đẩy ra (explosive consonant) trong khi /đ/ tiếng Việt là phụ âm hút vào (implosive consonant),... Tuy nhiên không khó lắm để dạy hoặc uốn nắn cách phát âm các phụ âm này, nhất là hiện đã có các phần mềm chuyên dụng, các công cụ hỗ trợ như đĩa CD.

Học viên Đài Loan cũng không gặp khó khăn lớn khi học từ vựng hoặc ngữ pháp. Trên 70%, thậm chí hơn, từ vựng tiếng Việt có gốc từ tiếng Hán. Dù ngữ âm và cả nghĩa có thay đổi ít hoặc nhiều, tuy nhiên không ảnh hưởng lớn đến việc học tập từ vựng. Về ngữ pháp, lợi thế lớn nhất là do cùng loại hình ngôn ngữ đơn lập nên ngữ pháp tiếng Việt có rất nhiều điểm tương đồng về ngữ và câu với tiếng Đài Loan. Sự khác biệt nếu có cũng không lớn, như tính từ đứng trước danh từ trong tiếng Hoa còn tiếng Việt thì danh từ đứng trước tính từ, bổ ngữ chỉ nơi chốn đứng trước động từ trong tiếng Hoa nhưng tiếng Việt thì ngược lại.... Chỉ cần lưu ý những điểm đó trong cấu trúc thì người học cũng không quá khó khăn trong việc hiểu và viết ngữ, câu tiếng Việt.

Tài liệu tham khảo:

Bộ Giáo dục và Đào tạo (2015), Thông tư số 17/2015/TT-BGDĐT ngày 01 tháng 09 năm 2015 Ban hành khung năng lực tiếng Việt dùng cho người nước ngoài và Định dạng đề thi đánh giá năng lực tiếng Việt theo Khung năng lực tiếng Việt dùng cho người nước ngoài.

Council of Europe, Common European Framework of Reference for Languages: Learning, Teaching, Assessment, Language Policy Unit. Strasbourg.

ĐHQG Úc, Trường ĐHKHXH&NV – ĐHQG TPHCM (2012), Hội Giảng dạy tiếng Việt Quốc tế, Những thay đổi và thách thức trong nghiên cứu và giảng dạy tiếng Việt, Nxb. ĐHQG TPHCM.

Khoa Việt Nam học Trường ĐHKHXH&NV – ĐHQG TPHCM (2012), Nghiên cứu và giảng dạy Việt Nam học và tiếng Việt, kỷ yếu hội thảo khoa học 2011, Nxb ĐHQG TPHCM.

Khoa Việt Nam học Trường ĐHKHXH&NV – ĐHQG TPHCM (2013), Việt Nam học tuyển tập, Nxb ĐHQG TPHCM.

Khoa Việt Nam học Trường ĐHKHXH&NV – ĐHQG TPHCM (2016), Giảng dạy, nghiên cứu Việt Nam học và tiếng Việt, những vấn đề lí thuyết và thực tiễn, Nxb ĐHQG TPHCM.

Khoa Việt Nam học Trường ĐHKHXH&NV – ĐHQG TPHCM, Khoa Việt Nam học và Tiếng Việt – ĐHQG Hà Nội (2015), Giảng dạy, nghiên cứu Việt Nam học và tiếng Việt, Nxb. ĐHQG TPHCM.

Khoa Việt Nam học Trường ĐHKHXH&NV – ĐHQG TPHCM, Ngân hàng đề thi Năng lực tiếng Việt dành cho người nước ngoài.

Khoa Việt Nam học và tiếng Việt (Trường ĐHKHXH&NV – ĐHQG Hà Nội) – Khoa Việt Nam học (Trường ĐHKHXH&NV – ĐHQG TPHCM) (2011), Việt Nam học và tiếng Việt – các hướng tiếp cận, kỷ yếu hội thảo khoa học 2010, Nxb. Khoa học Xã hội.

Khoa Việt Nam học và Tiếng Việt Trường ĐHKHXH&NV – ĐHQG Hà Nội, Khoa Việt Nam học – Trường ĐHKHXH&NV ĐHQG TPH-CM (2017) Nghiên cứu, giảng dạy Việt Nam học và tiếng Việt, Nxb. ĐHQG Hà Nội.

Thích Giải Hiền (Trần Trọng Tài) (2011), Một số thực tiễn trong giảng dạy tiếng Việt - vấn đề ngữ âm, ngữ pháp trong giảng dạy tiếng Việt cho sinh viên Đài Loan, Báo cáo tham gia hội thảo khoa học quốc tế Việt Nam học lần II.

Trần Thuỷ Vịnh, Về truyền tải kiến thức văn hoá trong giảng dạy Tiếng Việt cho học viên nước ngoài, Tạp chí Phát triển Khoa học và Công nghệ, ĐHQG TPHCM số X3/2013, tập 16, trang 96-105.

第六章

NGỮ PHÁP TIẾNG VIỆT VÀ PHƯƠNG PHÁP GIẢNG DẠY NGỮ PHÁP TIẾNG VIỆT CHO NGƯỜI NƯỚC NGOÀI

PGS. TS. Nguyễn Thiện Nam[1]

[1] Trưởng Khoa Việt Nam học và Tiếng Việt, Trường Đại học Khoa
    học Xã hội và Nhân văn, Đại học Quốc gia Hà Nội.

Tóm tắt

Bài giảng này có 8 nội dung chính sau:

1. Quan niệm về ngữ pháp trong dạy tiếng

2. Việc miêu tả và giải thích ngữ pháp trong dạy tiếng

3. Vị trí của ngữ pháp trong dạy tiếng và trong giảng dạy tiếng Việt

4. Những tri thức ngữ pháp quan trọng trong tiếng Việt cho người nước ngoài

5. Lỗi ngữ pháp và lỗi ngữ pháp tiếng Việt của người nước ngoài

6. Những thủ pháp dạy ngữ pháp tiếng Việt cho người nước ngoài

7. Một số ví dụ về những hiện tượng ngữ pháp được cho là khó trong tiếng Việt cho người nước ngoài

8. Một số điều cần chú ý khi triển khai ngữ pháp trong giảng dạy cũng như trong các giáo trình dạy tiếng Việt

1. Quan niệm về ngữ pháp trong dạy tiếng

Định nghĩa:

Chúng tôi sử dụng định nghĩa của từ điển ngôn ngữ học ứng dụng và dạy tiếng do Jack C. Richard, John Platt, Heidi Platt biên soạn để làm việc: *"Ngữ pháp là sự miêu tả cấu trúc của một ngôn ngữ và cách mà các đơn vị ngôn ngữ như từ và cụm từ được kết hợp lại để tạo nên câu trong ngôn ngữ"* [8, 161]. Như vậy, nếu hiểu một cách ngắn gọn thì ngữ pháp là tất cả các quy tắc tạo câu.

2. Việc miêu tả và giải thích ngữ pháp trong dạy tiếng

Trước hết, người soạn sách dạy tiếng Việt cũng như giáo viên dạy tiếng Việt và cả những người muốn trở thành giáo viên dạy tiếng Việt cho người nước ngoài cần phân biệt được hai khái niệm mà nếu thiếu đi sự hiểu biết này thì công việc giảng dạy sẽ gặp quá nhiều mạo hiểm. Hai khái niệm đó là: "ngữ pháp sư phạm" (pedagogy grammar) và "ngữ pháp ngôn ngữ học" (linguistics grammar). Pit Corder là một nhà ngôn ngữ học ứng dụng nổi tiếng, ông đã đưa ra một ví dụ khá thực tế và thú vị về mối quan hệ này như sau:

"Khi ta nói chuyện với ai đó, ta phải thay đổi cách nói đối với người nghe. Ta cũng chọn nên nói cái gì tuỳ thuộc đối tượng nghe là ai. Một nhà vật lý nguyên tử không nói chuyện với vợ mình về vật lý nguyên tử theo cái cách mà ông ta trao đổi với đồng nghiệp trừ phi vợ ông ta trở thành hoặc cũng là nhà vật lý như ông ta. Cái cách mà chúng ta nói về một vấn đề gì đó, dĩ nhiên phụ thuộc vào tri thức về đối tượng mà người nghe của chúng ta có được" [2,323]. Pit Corder cho rằng: *"Phương pháp mà một nhà ngôn ngữ, một nhà ngôn ngữ học ứng dụng hoặc giáo viên miêu tả một ngữ pháp là phải tuỳ thuộc vào người nghe của mình. Họ cùng miêu tả về một đối tượng nhưng cách làm của họ phải khác nhau vì những loại người nghe khác nhau và các kết quả họ cố đạt đến cũng khác nhau."* [2, 323]

Pid Corder có đưa ra một bảng đối chiếu như sau:

Tác giả	Người đọc	Đối tượng "ngữ pháp"
Nhà ngôn ngữ học	Nhà ngôn ngữ học	Minh hoạ và đánh giá một lý thuyết cú pháp nào đó.
Nhà ngôn ngữ học	Sinh viên ngôn ngữ	dạy một lý thuyết cú pháp theo con đường quy nạp qua sự ứng dụng vào một ngôn ngữ nào đó.
Nhà ngôn ngữ học ứng dụng	Người bản ngữ có học	Hệ thống hoá bằng những thuật ngữ ngôn ngữ học những tri thức không hiển ngôn của người đọc.
Nhà ngôn ngữ học ứng dụng	Giáo viên dạy tiếng mẹ đẻ	Hệ thống hoá những tri thức hiển ngôn hoặc không hiển ngôn của người đọc bằng cách phù hợp về mặt sư phạm với học sinh (người bản ngữ) của anh ta.
Nhà ngôn ngữ học ứng dụng	Giáo viên dạy ngoại ngữ	Hệ thống hoá tri thức hiển ngôn hoặc không hiển ngôn của người đọc bằng cách phù hợp về mặt sư phạm với học sinh (phi bản ngữ) của anh ta.

Nguồn Pid Corder [2,329]

Ngay từ năm 1889, Sweet cũng đã đưa ra một đề nghị phân biệt giữa một *ngữ pháp thực hành (practical grammar)* và một *ngữ pháp bác học (scholarly grammar)* [dẫn theo Pid Corder].

Chomsky cũng phân biệt một *"ngữ pháp sư phạm và một ngữ pháp ngôn ngữ học" (a linguistic and a pedagogic grammar)*-N. Chomsky, Topic in the theory of generative grammar, the Hague, Mouton, 1966, p.10. Theo Chomsky, *"một ngữ pháp ngôn ngữ học nhằm mục đích khám phá và trưng bày cái cơ chế để làm cho người nói hiểu một câu võ đoán trong một bối cảnh đã cho"* trong khi đó, một *"ngữ pháp sư phạm thì cố gắng cấp cho người học cái khả năng hiểu và tạo lập được những câu như vậy"* [1, 10] (NTN nhấn mạnh).

Vì vậy, điều quan trọng nhất đối với người viết "ngữ pháp sư phạm" là làm thế nào để sắp xếp và giới thiệu ngữ liệu cho người học một cách phù hợp nhất.

Một cuốn ngữ pháp tiếng Việt mang tính chất ngôn ngữ học thì có thể giới thiệu toàn bộ các nghĩa tố của từ "đã" trong một mục, nhưng phần ngữ pháp của một bài trong một cuốn cách dạy tiếng Việt cho người nước ngoài thì không thể như vậy. Việc dạy ngữ pháp sư phạm không bao giờ có thể mang tính chất biệt lập mà phải được gắn bó chặt chẽ với việc dạy ý nghĩa. Pit Corder chỉ ra rằng: *"sẽ là không đủ nếu chỉ tạo cho người học khả năng tạo lập những câu đúng ngữ pháp, anh ta phải biết sử dụng (những câu đó - NTN)lúc nào và sử dụng như thế nào"[2, 335].* Pit Corder cũng chỉ rõ: *"Việc dạy là vấn đề cấp cho người học một ngữ liệu đúng ở một thời điểm phù hợp và dạy anh ta cách học như thế nào, tức là tạo nên trong anh ta những chiến lược học phù hợp, những cách trắc nghiệm những giả thuyết của anh ta".* [2,336]

Một trong những nhiệm vụ mà người học phải học là anh ta phải học cái ngôn ngữ dùng để miêu tả và giải thích ngữ pháp. Tức là người học cũng phải học ý nghĩa của những từ như : "chủ ngữ", "vị ngữ", "bổ ngữ", "trạng ngữ", "định ngữ",..."danh từ", "tính từ", "động từ"...Một số người cho rằng việc học những từ như thế này là việc học thêm (extra learning) nhưng lại phải học trước hết. Theo Pit Corder thì vấn đề ở đây không phải là có nên dạy những thuật ngữ ngôn ngữ học kiểu này hay không mà vấn đề là nên dạy những thuật ngữ nào để tiện cho tiến trình dạy và học.

Trong những giáo trình do chúng tôi thực hiện, những thuật ngữ sau đã được giới thiệu theo hướng quy nạp có hướng dẫn: "chủ ngữ, bổ ngữ, trạng ngữ, định ngữ, danh từ, tính từ, động từ, giới từ, liên từ, phó từ" và một số từ, nhóm từ khác như: "đầu câu, cuối câu, đặt trước, đặt sau, dấu chấm, dấu phẩy, dấu hai chấm, dấu chấm than, biểu thị, ý nghĩa, nhấn mạnh, khẳng định, phủ định, hỏi, trả lời, may, rủi, xác nhận, yêu cầu, bác bỏ, đồng ý,...".

Trong một giáo trình dạy tiếng, nếu quy tắc được giới thiệu trước, ví dụ được giới thiệu sau thì mục đích là muốn thu hút sự chú ý của người học vào vấn đề đó. Nếu ngược lại, ví dụ được giới thiệu trước thì mục đích là khuyến khích người học phát triển những chiến lược của mình để xử lý vấn đề. Người học phải có cơ hội để đưa ra quyết định hoặc lựa chọn và hệ quả là sẽ chấp nhận "rủi ro" mắc lỗi. Nhiệm vụ của giáo viên là cung cấp ngữ liệu và ví dụ ở chỗ cần thiết, và quan trọng hơn là đánh giá những giả thuyết của người học.

Pid Corder đã đưa ra sơ đồ sau để biểu thị hoạt động dạy và học trong lớp học ngoại ngữ:

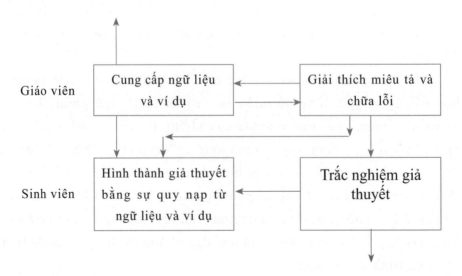

Nguồn: Pid Corder [2, 337]

3. Vị trí của Ngữ pháp trong dạy tiếng và trong giảng dạy tiếng Việt

3.1. Ngữ pháp trong tiến trình dạy tiếng

Việc giảng dạy ngoại ngữ được bắt đầu với phương pháp ngữ pháp dịch, thịnh hành trong thế kỷ 19 và sau đó, là thế kỷ 20 với một tên gọi là "thế kỷ của các phương pháp" như *trực tiếp, nghe nói, nghe nhìn, thực hành có ý thức, phản ứng, con đường im lặng, mã tri nhận, giao tiếp...và hiện nay chúng ta còn biết đến kỷ nguyên hậu phương pháp (Post method era).*

Ngữ pháp trong tiến trình dạy tiếng, tùy theo mục đích của từng phương pháp, có một vị trí khác nhau, thậm chí đối lập. Ngữ pháp có vị trí thống soái trong phương pháp ngữ pháp dịch, nhưng lại bị loại trừ trong phương pháp tự nhiên, hay phương pháp giao tiếp triệt để. Khi phương pháp giao tiếp nổi lên ở Bắc Mỹ với những dòng người nhập cư ùn ùn đổ vào California vào cuối những năm 1970 thì ngữ pháp không còn được coi trọng trong quan điểm "focus on meaning" mà Communicative Language Teaching (CLT) chiếm thế thượng phong. Tuy nhiên, ngoài nhu cầu giao tiếp nhất thời thì sản phẩm ngôn ngữ của người học ngoại ngữ theo phương pháp giao tiếp bỏ qua ngữ pháp lại có nhiều lỗi hóa thạch (fossilizations) và người học khó đạt đến trình độ hoàn thiện. Trong bối cảnh đó, vào năm 1991, tại Đại học Hawai at Manoa, Long, M. đã có một bài báo quan trọng, đánh dấu sự ra đời mang tính phương pháp của một tiếp cận mới: "Focus on form: A design feature in language teaching methodology". Quan điểm này đã dung hòa hai khuynh hướng cực đoan trong quá khứ: Ngữ pháp là trên hết và giao tiếp là trên hết. Quan điểm này cho rằng cần phải dạy ngữ pháp một cách tường mình tuy nhiên, đó là ngữ pháp được chọn lọc, tạo nền tảng cho giao tiếp. Hay nói cách khác, dạy giao tiếp nhưng có ngữ pháp làm nòng cốt. Từ đó, vấn đề có dạy ngữ pháp hay không trong dạy tiếng hầu như đã ngã ngũ. Quan điểm có vẻ "cải lương" này thắng thế với căn cứ: học ngữ pháp giúp người học làm chủ được cấu trúc ngôn ngữ được học và giao tiếp hiệu quả, chấp nhận được. Tuy nhiên ngữ pháp đã trở lại với lĩnh vực dạy tiếng trong một hình ảnh mới, không thuần túy là những công thức khô cứng và những tên gọi từ loại phức tạp, gây tranh cãi mà là những hiện tượng ngữ pháp gắn với các chức năng giao tiếp.

3.2. *Ngữ pháp trong việc giảng dạy tiếng Việt cho người nước ngoài*

Không là ngoại lệ, tiếng Việt cũng được dạy cho người nước ngoài, ban đầu với phương pháp ngữ pháp dịch nhưng không triệt để, do có kết hợp với một số yếu tố khác của phương pháp nghe nói và do môi trường học tại Việt Nam. Hiện chúng tôi có 2 cuốn sách dạy tiếng Việt vào cuối thế kỷ 19. Cuốn thứ nhất tên là "Manuel de conversation Franco – Tonkinois. Sách dẫn đàng nói truyện bằng tiếng Phalangsa và tiếng Annam". Tác giả là 2 nhà truyền giáo của tòa thánh: Bon (Cố Bần) và Dronet (Cố Ân).

Cuốn thứ hai tên là " Éléments de Grammaire Annamite" - Những yếu tố văn phạm tiếng Annam. Tác giả là Édouard Diguet, một Trung tá Lục quân Thuộc địa Pháp (Lieutenant-colonel D'infanterie coloniale) (xin xem bài trên tạp chí Ngôn ngữ và Đời sống số 11/2013). Hai cuốn sách này cho thấy, ngữ pháp đã được giải thích tương đối ngữ dụng nhưng theo sự quy chiếu từ tiếng Pháp. Từ năm 1987 trở về trước, việc giảng dạy tiếng Việt ở Việt Nam cũng chịu nhiều ảnh hưởng của phương pháp nghe nói và chủ nghĩa cấu trúc trong ngôn ngữ học. Tiêu biểu cho khuynh hướng này là bộ sách "Tiếng Việt thực

hành" 2 tậpcủa Khoa Tiếng Việt, Trường Đại học Tổng hợp Hà nội
(1980) và cuốn "speak Vietnamese" của Nguyễn Đình Hòa ở miền
Nam (1965). Từ năm 1987, ngữ pháp đã được giảng dạy kết hợp với
giao tiếp, theo hướng của "Focus on Form" tại Hà Nội mặc dù đến
năm 1991 "Focus on Form" mới được khái quát thành lý luận tại Hoa
Kỳ. Hiện nay, hầu hết các tài liệu tiếng Việt cũng như phương pháp
dạy tiếng Việt tại Việt Nam đều theo hướng Focus on Form. Tức là,
mục đích giao tiếp được chú trọng trên cơ sở ngữ pháp được giảng dạy
một cách tường minh.

4. Những tri thức ngữ pháp quan trọng trong tiếng Việt đối với giáo viên

4.1. *Một số đặc điểm ngữ pháp tiếng Việt*

4.1.1. Không biến hình.

Từ của tiếng Việt không biến đổi hình thái. Khi xuất hiện trong
câu, dù ở bất kỳ cương vị ngữ pháp nào, từ vẫn giữ nguyên hình thức
vốn có của nó. Ví dụ: cái cân, cân gạo, cân sức khỏe, ba cân... Đặc
điểm này tạo thuận lợi cho người học tiếng Việt ở chỗ không cần phải
nhớ quy tắc biến đổi từ nhưng lại rất khó phân biệt được từ loại cũng
như ranh giới giữa các từ trong câu.

4.1.2. Trật tự từ.

Tiếng Việt sử dụng phương thức trật tự từ như một phương thức
ngữ pháp cơ bản. Dĩ nhiên, nhiều ngôn ngữ cũng sử dụng phương thức
này, kể cả một số ngôn ngữ biến tố, tức là khi trật tự từ thay đổi thì ý
nghĩa của câu cũng thay đổi. Tuy nhiên, trong tiếng Việt phương thức
ngữ pháp này lại cực kỳ quan trọng. Ví dụ, với ba từ: "anh", "yêu",
"em" ta có thể tạo nên 6 cách nói với ý nghĩa khác hẳn nhau:

1. Anh yêu em.

2. Em yêu anh.

3. Anh em yêu (chứ không phải em).

4. Em anh yêu (chứ không phải anh).

5. Yêu em anh (chứ không phải...).

6. Yêu anh em (chứ không phải...).

Việc sử dụng cho đúng trật tự từ tiếng Việt là một vấn đề rất khó đối với người nước ngoài, nhất là đối với sinh viên nước ngoài mà bản ngữ thuộc loại hình ngôn ngữ khác với tiếng Việt.

Với 5 từ: *Nó, đến, bảo, sao, không*, Lê Văn Lý đã tạo ra 36 câu tiếng Việt có ý nghĩa khác nhau.

4.1.3. Hư từ.

Hư từ cũng là một phương thức ngữ pháp nổi bật của tiếng Việt. Các quan hệ ngữ pháp và ý nghĩa ngữ pháp được thể hiện chủ yếu bằng con đường từ vựng, bằng sự kết hợp ngoài từ (ví dụ: "những", "các", "được", "bị"...). Việc thêm hay bớt một hư từ có thể làm thay đổi hẳn ý nghĩa của câu.

Ví dụ: 1. Người yêu em.

Người yêu của em.

2. Tôi nói anh ấy.

Tôi nói với anh ấy.

3. Tôi đuổi cô ấy.

Tôi đuổi theo cô ấy.

4.1.4. Ngữ điệu và trọng âm.

Tuy không phải là phương thức ngữ pháp chủ đạo nhưng ngữ điệu và trọng âm cũng đóng vai trò ngữ pháp nhất định.

Ví dụ: "Yêu nhau cởi áo cho nhau".

Với hai ngữ điệu và trọng âm khác nhau, từ "cho" trong câu trên có thể được hiểu theo hai nghĩa:

- giới từ,

- động từ.

Hoặc: Đêm hôm qua cầu gẫy

4.2. Từ pháp: Đoản ngữ

Đoản ngữ là một khái niệm quan trọng trong ngữ pháp tiếng Việt. Cũng có một tên gọi khác là ngữ đoạn.

Tri thức về đoản ngữ là tri thức quan trọng đối với những người muốn trở thành giáo viên tiếng Việt. Có 3 loại đoản ngữ: Đoản ngữ danh từ (Danh ngữ) Đoản ngữ động từ (Động ngữ), Đoản ngữ tính từ (Tính ngữ).

4.2.1. Danh ngữ

Đây là sơ đồ lý tưởng gồm 7 vị trí của danh ngữ

-4	-3	-2	-1	0	1	2
Tất cả	những	cái	con	Mèo	đen	ấy

Vị trí 0 là vị trí của danh từ trung tâm

Vị trí – 1 là vị trí của loại từ

Vị trí – 2 là vị trí của từ "CÁI" chỉ xuất

Vị trí – 3 là vị trí của những từ chỉ số lượng: số từ, những, các, mọi, mỗi, từng…

Vị trí – 4 là vị trí của những từ chỉ toàn bộ toàn thể như: tất cả, cả, toàn thể, tất thảy

Vị trí 1 là vị trí của từ có chức năng định ngữ/định tố cho danh từ trung tâm: (Mèo) đen, (sách) quý, (năm) thứ tư, (chính sách) 2 con, (nhà) trong, (nhà) giữa, (ngôi nhà) tôi vừa xây xong…

Vị trí 2 là vị trí của những từ chỉ trỏ: này, kia, ấy, đó, nào: Con chó đen này, cái ô tô Toyota tôi mới mua đó, …

4.2.2. Động ngữ

Có động từ làm trung tâm và các thành tố phụ ở trước và sau.

Trước	Trung tâm	Sau

Phần đầu của động ngữ:

Những nhóm tiêu biểu:

(1) Quan hệ giữa hoạt động với thời gian: đã, đang, sẽ, sắp, từng, vừa, mới

(2) Phủ định: không, chẳng, chưa

(3) Đặc điểm hoạt động trong quan hệ với chủ thể: cũng, vẫn, cứ, đều, lại, hay chỉ, luôn,…

(4) Ngăn cấm: hãy, đừng, chớ, nên, cần, phải

(5) Mức độ: rất, lắm, quá, hơi, khá

Phần sau của động ngữ: một cấu trúc phức tạp: các thành tố đó có thể là thực từ, là hư từ:

Đọc sách, đi Hà Nội, nghỉ vì bị ốm, học xong, ăn mất, uống hết, nghĩ ra

Những nhóm tiêu biểu:

(1) Nhóm chỉ hướng: ra, vào, lên, xuống, về, đến, tới, đi, sang, qua, về, lại,

(2) Nhóm chỉ kết quả: ra, thấy, được

(3) Nhóm tiếp nhận, tiêu biến: được, mất, hết

(4) Nhóm kết thúc hoạt động: xong, nốt, rồi, hết

(5) Nhóm tương tác: nhau, với

….

4.2.3. Tính ngữ

Về ý nghĩa, tính từ khác động từ nhưng về ngữ pháp, tính từ và động từ có sự tương đồng, đó là đều có thể trực tiếp làm vị ngữ.

Cấu trúc của tính ngữ cũng có 3 phần:

Trước	Trung tâm	Sau

(1) Các từ phụ chuyên dụng của động từ hầu hết đều có thể dùng cho tính từ, trừ nhóm hãy, đừng, chớ, tuy nhiên vẫn có trường hợp đặc biệt: "đừng xanh như lá, bạc như vôi"

(2) Nhóm: ra, đi, lên, lại khi kết hợp với tính từ thì biểu thị ý nghĩa khác khi kết hợp với động từ:

Đi lên, đi ra: ý nghĩa hướng

Béo lên, béo ra: ý nghĩa thay đổi trạng thái theo tiến trình

(3) Nhóm chuyên dụng của tính từ: rất, quá, lắm, hơi, khá, tương đối, thật, cực kỳ, vô cùng, đỡ,...

4.3. Cú pháp: Câu

4.3.1. Sử dụng khái niệm chủ vị trong câu của tiếng Việt như một ngoại ngữ

Cho đến nay, mặc dù đã có những thành tựu của ngữ pháp chức năng với việc phân tích cấu trúc đề thuyết đối với tiếng Việt, tuy nhiên, việc ứng dụng phân tích cấu trúc đề thuyết vào tiến trình giảng dạy ngữ pháp tiếng Việt như một ngoại ngữ chưa đem lại kết quả khả quan, trong khi đó, việc phân tích các thành phần của câu theo cấu trúc chủ-vị vẫn thuận tiện và thiết thực cho việc truyền đạt các diễn ngôn tiếng Việt. Vì vậy, trong bài giảng này, cấu trúc chủ-vị được sử dụng để miêu tả ngữ pháp tiếng Việt.

4.3.2. Các thành phần của câu

⑴ **Ví dụ 1:**

"Chị ấy cười".

Nếu chia câu trên thành các yếu tố có nghĩa thì ta có:

- "Chị ấy" và "cười". (chị ấy - Đại từ, cười - Động từ)

- "Chị ấy" trả lời cho câu hỏi "làm gì?"

- "Cười" trả lời cho câu hỏi "Làm gì?"

Câu trên có hai phần: "Chị ấy" được gọi là chủ ngữ.

"Cười" được gọi là vị ngữ

Như vậy câu "Chị ấy cười" là câu gồm: Chủ ngữ + vị ngữ

⑵ **Ví dụ 2:**

- Cái bảng này đen.

Nếu chia ra nhỏ hơn, ta có: "Cái bảng này" và "đen" ("Cái bảng này" - cụm danh từ; "đen" - tính từ)

"Cái bảng này" trả lời cho câu hỏi "cái gì?" hoặc cụ thể hơn "Cái bảng nào?"

"Đen" trả lời cho câu hỏi "Như thế nào?"

Như vậy, câu trên cũng có hai phần, "cái bảng này" được gọi là chủ ngữ "đen" được gọi là vị ngữ.

- "Cái bảng này đen" = chủ ngữ + vị ngữ $\boxed{C+V}$

Nói chung hễ nói đến câu là phải nói đến chủ ngữ và vị ngữ. Trong hai ví dụ trên - chị ấy cười.

+ "Chị ấy" là đại từ làm chủ ngữ

+ "Cười" là động từ làm vị ngữ

- Cái bảng này đen.

+ "Cái bảng này" là cụm danh từ làm chủ ngữ

+ "Đen" là tính từ làm vị ngữ.

(3) **Ví dụ 3:**

- Tôi học tiếng Việt.

Câu trên ta có thể chia ra: Tôi/ học/ tiếng Việt. Ta có: "Tôi" là chủ ngữ; "học" là vị ngữ; vậy "Tiếng Việt" là gì? Nếu không có "tiếng Việt" thì câu đó sẽ chưa cụ thể. Người ta chưa biết bạn học gì? Có thêm "tiếng Việt" thì ý nghĩa mới cụ thể, rõ ràng. Người ta gọi "tiếng Việt" là bổ ngữ. "Tôi học tiếng Việt" = Chủ ngữ + vị ngữ + bổ ngữ.

$$C+V+B$$

"Tiếng Việt" sẽ đối lập với "Tiếng Nga, tiếng Anh, tiếng Tây Ban Nha... hoặc" lịch sử, địa lý, vật lý, hoá học, triết học..."

Ta có thể thay những từ trên vào vị trí của từ trên vào vị trí của từ "Tiếng Việt". Ví dụ:

- Tôi học tiếng Nga

- Tôi học tiếng Đài

- Tôi học địa lý

- Tôi học được.

- Tôi học hoá học

- Tôi học triết học

Khi thay như vậy, ta thấy ý nghĩa thay đổi nhưng cấu trúc câu không thay đổi.

- Tôi học tiếng Việt = C+V+B.

- Tôi học triết học = C+V+B

Ta có thay "tôi" bằng "anh ấy", "ông ấy"...; " Học " bằng "nghiên cứu", "làm bài tập"... nhưng cấu trúc câu "C+V+B" vẫn không thay đổi.

(4) **Ví dụ 4:**

- Hôm qua, tôi học hoá học ở phòng thí nghiệm

Chúng ta biết "Tôi học hoá học" là "C+V+S", vậy thì thành phần biểu thị về thời gian trong câu. "Ở phòng thí nghiệm" là thành phần biểu thị về địa điểm (nơi chốn) trong câu. Người ta gọi đó là trạng ngữ của câu. Trạng ngữ là thành phần phụ, làm cho câu được rõ ràng cụ thể hơn về thời gian, nơi chốn, nguyên nhân, trạng thái. Trạng ngữ thường trả lời cho câu hỏi "Ở đâu? Bao giờ? Vì sao? Tính từ (động từ) như thế nào?"...

Trong ví dụ 4: "hôm qua" là trạng ngữ chỉ thời gian, "ở phòng thí nghiệm" là trạng ngữ chỉ nơi chốn. Bây giờ chúng ta thử tìm trạng ngữ, chủ ngữ, vị ngữ và bổ ngữ (nếu có) của các câu sau:

- Tôi sẽ đi học ở Việt Nam

- Năm sau tôi sẽ đi học ở Việt Nam.

- Năm sau tôi sẽ đi học ngành Việt Nam học ở Việt Nam.

- Vào sáng ngày 2 tháng 9 năm 2015 chúng tôi đã tham dự cuộc mít tinh chào mừng Quốc khánh Việt Nam ở trường Đại học Quốc gia.

Chú ý: Trước trạng ngữ chỉ thời gian thường có giới từ "vào", trước trạng ngữ chỉ nơi chốn thường có giới từ "ở", "tại".

⑸ **Ví dụ 5: Chúng ta hãy xem hai câu:**

a. - Hoa là một cô gái

   - Hoa là một cô gái đẹp

Ở câu (a) ta chưa biết Hoa là cô gái như thế nào? Còn ở câu (b) ta biết Hoa là cô gái đẹp. Như vậy câu (b) cụ thể hơn. Ta đã biết "đẹp" là tính từ, trong câu này "đẹp" đi với danh từ "cô gái" bổ sung ý nghĩa cho "cô gái". Người ta gọi "đẹp" là định ngữ (tính từ "đẹp" làm định ngữ). Định ngữ thường trả lời cho câu hỏi "D+ nào?" Như thế nào? Của ai?, "của cái gì?". Chúng ta thử tìm định ngữ trong các câu sau:

- Làng quê miền Trung ven bờ sông ấy chính là quê hương yêu dấu của tôi.

- Khi cô gái hiền lành ấy cười thì trái đất tươi đẹp hơn.

4.3.3. Các loại câu (chia theo cấu trúc)

Đến đây, chúng ta đã có thể hiểu được "câu" và các thành phần làm nên câu của tiếng Việt. Bây giờ chúng ta sẽ nghiên cứu lại một cách hệ thống những cấu trúc câu cơ bản của tiếng Việt.

4.3.3.1. Câu đơn:

Câu đơn là câu có hai thành phần chính: Chủ ngữ và vị ngữ (C-V).

Ví dụ: - Chim hót. Chị ấy hát.

            - Bài này khó.

a. Câu có vị ngữ: "Là + Danh từ", "D+ là +D"

Ví dụ:

- Anh Hùng là thầy giáo.

- Thành phố Tokyo là thủ đô của Nhật Bản

b. Câu có vị ngữ là tính từ: "Danh từ + tính từ"

Ví dụ:

- Bài học số 9 rất khó.

- Vấn đề này không đơn giản.

c. Câu có vị ngữ là động từ: "Danh từ + động từ"

Ví dụ:

- Thầy giáo hỏi, học sinh trả lời.

- Anh ấy dạy triết học

- Tôi dạy ngoại ngữ.

d. Câu có hai bổ ngữ: "C-V-B1-B2"

Ví dụ:

- Tôi viết thư cho cô ấy

- Tôi viết cho cô ấy một bức thư.

4.3.3.2. Câu đơn mở rộng thành phần: (Câu có thành phần ứng với một "C-V")

a. Câu có chủ ngữ là một mệnh đề (C-V):

Mệnh đề là một nhóm từ gồm có một chủ ngữ và một vị ngữ dùng để tạo câu. Câu đơn chính là câu có một mệnh đề.

Ví dụ:

- Chúng ta làm cho cha mẹ vui lòng

- Chúng ta học giỏi làm cho cha mẹ vui lòng

b. Câu có vị ngữ là một mệnh đề (C'-V')

Ví dụ:

- Ý kiến của tôi là như vậy. C-V

- Ý kiến của tôi là tất cả chúng ta đều phải cố gắng thi đua học tập tốt.

c. Câu có bổ ngữ là một mệnh đề (C'-V')

Ví dụ:

- Tôi đang nghe tin tức. C-V-B

- Tôi đang nghe anh ấy nói. C-V-B

- Tôi đang xem văn nghệ: C-V-B

- Tôi đang xem đoàn ca múa nhân dân trung ương biểu diễn

d. Câu có định ngữ là một mệnh đề (C'-V') :

Ví dụ:

- Khi ấy, em mới mười sáu tuổi T-C-V

- Năm Việt Nam thống nhất (1975) em mới mười sáu tuổi.

- Ở Phnompenh, nhiều trường đại học đã được mở cửa

- Ở thành phố vừa được hồi sinh ấy, nhiều trường đại học đã được mở cửa.

e. Câu có nhiều vị ngữ:

Ví dụ:

- Chúng tôi tập đọc, tập nói, tập nghe, dịch và viết chính tả
     C   V1   V2   V3   V4   V5
- Chị ấy trẻ, xinh, hiền, hát hay và có tài may vá

g. Câu "Danh từ + tính từ + số từ"

Ví dụ:

- Nhà này cao 15 mét.
- Giếng này sâu 10 mét.

h. Câu có vị ngữ đặc biệt

Ví dụ:

- Bố tôi tóc đã bạc
- Bà ấy tuổi đã cao.
- Thầy giáo của chúng tôi tính tình rất dễ chịu

i. Câu móc xích: "C1-V1-C2-V2"

Ví dụ:

- Thầy giáo bảo chị ấy dịch
- Bố chị bảo tôi đi chợ.
- Chị ấy hẹn tôi đến nhà chị ấy.

k. Câu có "Được, bị, phải, cần, nên"

Ví dụ:

- Tôi được khen
- Anh ấy bị chê
- Tôi được ăn thoải mái
- Anh ấy phải ăn kiêng
- Chị ấy bị ốm
- Tôi phải viết báo cáo.
- Tôi cần mua xe máy
- Anh nên bỏ thuốc lá...

l. Câu có vị ngữ là nhóm tính từ chỉ lượng.

Ví dụ:

- Tôi ít tiền

- Chợ đông người

4.3.3.3. Câu ghép:

Câu ghép là câu có cấu trúc cao hơn câu đơn. Nói chung câu ghép là câu thường có hai "C-V", hai mệnh đề được nối bằng cặp từ nối (liền từ). Trong phần này, chúng ta tạm coi "C-V" = A hoặc B.

a. Câu ghép "thời gian", cặp từ nối "khi ... thì ..."

Ví dụ:

- Khi thầy giáo vào lớp thì chúng tôi đứng dậy chào thầy.

- Khi anh đi rồi thì chị ấy đến.

b. Câu ghép "nguyên nhân - kết quả", cặp từ nối "vì.... nên..."

Vì (do) A nên (cho nên) B	

Có thể có:

Nhờ Do Tại, tại vì Bởi vì Căn bản là	A	Cho nên Nên Mà Thành ra Thành thử	B

Ví dụ:

- Vì tôi chưa nói được tiếng Việt nên tôi phải tập nói nhiều.

- Vì tôi ốm nên tôi phải đi bệnh viện.

c. Câu ghép "kết quả - nguyên nhân"

A là vì B Sở dĩ A là vì B

Ví dụ:

- Bố tôi chết là vì bệnh ung thư phổi.

- Sở dĩ bố tôi chết là vì bệnh ung thư phổi.

- Kinh tế Việt Nam phát triển là nhờ chính sách đổi mới.

d. Câu ghép "điều kiện - kết quả"

Nếu A thì (là) B

Ví dụ:

- Nếu tôi đói thì tôi ăn.

- Nếu tôi khát thì tôi uống.

- Hễ về đến Hà Nội là tôi đi ăn phở ngay.

- Giá như tôi có một cuốn từ điển thì tôi học thuận lợi hơn.

Có thể có:

Nếu	
Hễ	
Nếu Như	
Nếu mà	A thì B
Giá như	(là)
Giả sử	
Giá mà	
Phải chi	

Có thêm kiểu câu: "điều kiện - kết quả" như sau "Nếu C có V thì C mới V". ví dụ:

- (Nếu) Con có khóc thì mẹ mới cho bú.

- Anh có nói thì cô ấy mới biết chứ!

```
(Nếu) C có V thì C mới V
```

e. Câu ghép "nhượng bộ - tăng tiến":

```
Mặc dù A nhưng B
```

Ví dụ:

- Mặc dù không có nhiều tiền nhưng anh ấy vẫn luôn cố gắng giúp đỡ người có hoàn cảnh khó khăn.

- Tuy Akiba là người Nhật nhưng mà chị ấy nói tiếng Việt như người Việt.

Có thể có:

Dù (dầu) Mặc dầu Tuy Dù cho Dẫu	A nhưng B (nhưng mà)

4.3.4. Phân loại câu tiếng Việt theo nội dung giao tiếp

Có 4 loại chính: câu tường thuật, câu phủ định, câu hỏi, câu cầu khiến.

4.3.4.1. Câu tường thuật

- Tôi là cán bộ của Bộ Giáo dục Đài Loan
- Anh ấy là cán bộ của Bộ Y tế.
- Chúng tôi học tiếng Việt.

4.3.2. Câu phủ định

Người ta thường dùng các từ "không, chưa, chẳng, có... đâu, đâu có, không phải" để biểu thị ý nghĩa phủ định. Ví dụ.

- Tôi không phải là cán bộ của Bộ Giáo dục
- Tôi có phải là cán bộ của Bộ giáo dục đâu.
- Anh ấy không phải là người của Bộ Y tế.
- Anh ấy chẳng phải là người cả Bộ Y tế
- Chúng tôi không học tiếng Việt
- Chúng tôi chẳng học tiếng Việt
- Chúng tôi có học tiếng Việt đâu.

4.3.3. Câu hỏi (còn gọi là câu nghi vấn)

Để tạo câu hỏi, người ta thường dùng các từ để hỏi như "Ai, cái gì, gì, nào, như thế nào, sao, tại sao, vì sao, bao giờ, ở đâu...." hoặc:

- .... Phải không?
- .... Có phải không?
- Có phải.... không?
- "Có.... không?"
- "Đã ... chưa?"

và người ta dùng: "Câu tường thuật + à, ư, nhỉ, chứ"

Ví dụ: Từ câu:

- Anh Thiên học tiếng Anh, ta có thể có:
- Ai học tiếng Anh? Anh Thiên học gì?
- Anh Thiên làm gì? Anh Thiên học tiếng nào?
- Anh Thiên học tiếng Anh như thế nào?
- Vì sao (tại sao) anh Thiên học tiếng Anh?
- Bao giờ anh Thiên học tiếng Anh?
- Anh Thiên học tiếng anh bao giờ?
- Anh Thiên học tiếng anh ở đâu?

- Anh Thiên học tiếng anh (có) phải không?

- Có phải anh Thiên học tiếng Anh không?

- Anh Thiên   có học tiếng Anh không?

- Anh Thiên đã học tiếng Anh chưa?

- Anh Thiên (cũng) học tiếng Anh à?

- Anh Thiên học tiếng Anh ư?

- Anh Thiên (cũng) học tiếng Anh nhỉ?

- Anh Thiên (cũng) học tiếng Anh chứ?

- Anh Thiên học tiếng Anh với ai?

- Anh Thiên học tiếng Anh làm gì?

- Anh Thiên học tiếng Anh lâu chưa?

4.3.4. Câu cầu khiến (mời mọc, yêu cầu, mệnh lệnh, cấm đoán, chúc tụng)

a. Mời mọc:

- Cháu mời bác uống nước ạ

- Mời các bạn vào lớp

b. Yêu cầu:

- Bây giờ bạn xoá bảng, sau đó viết câu số 2 lên bảng.

- Tôi đề nghị các bạn đừng làm ồn.

c. Mệnh lệnh:

- Giơ tay lên

- Đứng lại!

d. Cấm đoán:

- Không được hút thuốc trong rạp chiếu bóng.

- Cấm vẽ bậy lên tường.

e. Chúc tụng:

- Chúc anh lên đường bình an.

- Chúc anh, chị vui vẻ, hạnh phúc

- Chúc anh một năm mới đầy hạnh phúc, may mắn.

- Chúc các anh chị mạnh khoẻ, đạt nhiều thành tích trong công tác.

- Chúc các bạn mạnh khoẻ, hoàn thành mọi nhiệm vụ .

Trên đây là những tri thức cơ bản về tiếng Việt mà một giáo viên dạy tiếng Việt cần nắm được để có một cái nhìn tổng thể, chuyên nghiệp về thứ tiếng mà mình sẽ dạy cho người nước ngoài. Tất nhiên, khi giảng dạy tiếng Việt cho người nước ngoài, chúng ta lại phải bám sát vào từng đơn vị ngữ liệu của từng bài, ví dụ trong một giáo trình tiếng Việt cơ sở, những bài mở đầu bao giờ cũng là những câu danh từ với từ là, câu động từ, câu tính từ, câu có bổ ngữ, câu có trạng ngữ... Về ngữ pháp, chúng ta cần nắm vững những nội dung cụ thể sau: danh ngữ. động ngữ, tính ngữ và một số hiện tượng ngữ pháp khác như câu nghi vấn, câu phủ định, nhóm từ và động từ chỉ hướng (ra, vào, lên, xuống, đến, tới, qua, sang, đi, về, lại) và các tiểu từ dứt câu: à, nhỉ, nhé, chứ, mà, ấy, cơ,...Chúng ta cần đọc kỹ từng bài cũng như toàn bộ giáo trình mình sẽ sử dụng.

5. Vấn đề lỗi và lỗi ngữ pháp tiếng Việt của người nước ngoài

5.1. Định nghĩa lỗi

Từ điển ngôn ngữ học ứng dụng và dạy tiếng (Dictionary of language teaching and applied linguistics)TG: Jack C. Richards; John Platt; Heidi Platt, Longman, 1997, 20010 định nghĩa: "Lỗi của người học (trong khi nói hoặc viết một ngôn ngữ thứ hai hay ngoại ngữ) là hiện tượng sử dụng một đơn vị ngôn ngữ (chẳng hạn một từ, một đơn vị ngữ pháp, một hoạt động nói năng ...) bằng cách mà người bản ngữ hoặc người giỏi thứ tiếng đó cho là sai hoặc cho là học chưa đầy đủ" [tr. 127].

5.2. Những dạng xuất hiện của lỗi:

5.2.1. Dùng thiếu một/một số yếu tố nào đó.

Ví dụ: *Em nói anh ấy là em bận.* (Thiếu "với", *Em nói với anh ấy…*)

5.2.2. Dùng thừa một/một số yếu tố nào đó.

Ví dụ: *Chị ấy rất đẹp quá.* (Thừa "rất"/"quá" , *Chị ấy rất đẹp/ Chị ấy đẹp quá.*)

5.2.3. Chọn sai một/một số yếu tố nào đó.

Ví dụ: *Hôm nay em thức dậy ở 8 giờ.* (*Hôm nay em thức dậy lúc/ vào lúc 8 giờ*).

5.2.4. Dùng sai trật tự một/một số yếu tố nào đó.

Ví dụ: *Tôi tiếng Việt quên nhiều.* (*Tôi quên tiếng Việt nhiều*)

5.3. Các loại lỗi

Xét về mặt nguồn gốc, theo *lý thuyết phân tích lỗi, có 2 loại lỗi chính là lỗi giao thoa và lỗi tự ngữ đích.*

5.3.1. Lỗi giao thoa (Interlingual Error)

là loại lỗi sinh ra do người học mượn tri thức từ tiếng mẹ đẻ/ ngôn ngữ thứ nhất để áp dụng vào quá trình khám phá ngôn ngữ đích.

Ví dụ:

(1) *Tôi ăn cơm 2 bát và uống bia 2 cốc* là lỗi giao thoa của người Căm pu chia

(2) *Bao giờ sẽ anh về nước* là lỗi giao thoa của người có ngôn ngữ thứ nhất là tiếng Anh

(3) *Như thế này ốc em đã ăn rồi là lỗi giao thoa của người Nhật*

5.3.2. Lỗi tự ngữ đích (Intralingual Error)

là loại lỗi sinh ra do người học mượn tri thức đã có trước, học được từ ngôn ngữ đích để áp dụng vào quá trình khám phá tiếp tục ngôn ngữ đích nhưng lại không phù hợp.

Ví dụ:

(1) *Chị cho tôi 3 cái phở (3 bát phở)*

(2) *Hôm qua tôi không đã gặp chị ấy (đã không gặp)*

(3) *Em phải lại uống thuốc vì em bị cảm (lại phải uống thuốc)*

5.4. Những nguyên nhân của lỗi

5.4.1. Chuyển di (transfer):

mượn tri thức có trước từ ngôn ngữ thứ nhất. Ví dụ: *"Bao giờ sẽ thầy dạy chị ấy?"* (Bao giờ thầy sẽ dạy chị ấy)

"Như thế này ốc em đã ăn rồi" (Loại ốc như thế này em đã ăn rồi)

5.4.2. Vượt tuyến (Overgeneralization):

nói rộng phạm vi sử dụng những tri thức có trước đã được học trong ngôn ngữ đích vào những khu vực không phù hợp. Ví dụ: *"Tháng ngoái, em đã đi Chùa Hương"* (tháng trước)

5.4.3. Chiến lược giao tiếp (Communicative Strategy):

sử dụng nhiều cách để diễn đạt ý nghĩa nhằm đạt được mục đích giao tiếp mặc dù mắc lỗi. Ví dụ: *"Anh ấy là người bếp"* (đầu bếp)

5.4.4. Chuyển di giảng dạy (transfer of training):

bài học, nội dung giảng dạy của giáo viên không bao quát hết mọi nét nghĩa của hiện tượng được giảng dạy và các trường nghĩa phái sinh, thậm chí đồng âm. Trong việc học ngoại ngữ thì đây là hiện tượng đương nhiên, ví dụ người học được học về ý nghĩa biểu thị hoạt động xảy ra trong quá khứ của từ "đã" nên đã dùng "đã" cho bất cứ trường hợp hoạt động nào xảy ra trước thời điểm nói.

Ví dụ: *"Sáng nay em đã dậy lúc 7 giờ, em đã đánh răng, đã rửa mặt, đã ăn sáng, đã uống cà phê, đã mặc quần áo, và em đã đi học lúc 7 giờ rưỡi."*

5.5. *Lỗi ngữ pháp tiếng Việt của người nước ngoài (trình bày qua PowerPoint)*

5.5.1. Lỗi giao thoa – Cứ liệu lỗi của người nói tiếng Khmer, Anh, Nhật

5.5.2. Lỗi tự ngữ đích – Cứ liệu lỗi chung

6. Những thủ pháp dạy ngữ pháp tiếng Việt cho người nước ngoài

Có thể có nhiều cách để dạy ngữ pháp, tuy nhiên chúng ta có thể áp dụng 3 thủ pháp sau:

6.1. *Thủ pháp "Dịch cấu trúc"*

Đây là thủ pháp thông thường, dễ áp dụng nhất. Hễ gặp cấu trúc ngữ pháp mới thì ta dịch cấu trúc đó sang tiếng Anh hoặc ngôn ngữ thứ nhất của sinh viên rồi cho họ luyện tập. Tuy nhiên, nếu giáo viên không biết ngôn ngữ thứ nhất của sinh viên hoặc cả giáo viên và sinh viên không thể giao tiếp bằng một ngôn ngữ khác thì không thể dùng thủ pháp này.

Ví dụ:

S + 不但......而且..... **Bùdàn.... érqiě.... Không những .... mà còn......**

李小姐不但漂亮而且聰明

Tuy nhiên, nhiều trường hợp, nếu chỉ dịch không thì cũng không đủ. Ví dụ khi cần thiết phải phân biệt giữa "nếu, hễ, giá như, ước gì, phải chi, …thì/là…" Vì vậy ta cần sử dụng cả hai thủ pháp tiếp theo

6.2. Thủ pháp "Đồng nghĩa cú pháp"

Đồng nghĩa cú pháp tức là những cấu trúc khác nhau nhưng có thể biểu thị nghĩa tương đương hoặc gần nghĩa.

Ví dụ khi dạy cấu trúc "từ để hỏi+cũng", ta có thể sử dụng cấu trúc "tất cả…đều…" hoặc khi dạy câu *Căn bản là hôm qua trời mưa thành ra tôi không đến được*", ta có thể nói là câu này giống câu *"Vì hôm qua trời mưa nên tôi không đến được"*. Bước tiếp theo của phép đồng nghĩa cú pháp này là phân biệt những yếu tố khác nhau và cách dùng của hai cấu trúc đồng nghĩa đó. Ví dụ khi dùng *"căn bản là… thành ra…"* thì câu đó mang tính ngôn ngữ nói, không mang nghi thức xã giao, và nghe "có vẻ giỏi" hơn…

6.3. Thủ pháp 'đối lập-so sánh có/không"

Tiếng Việt là một ngôn ngữ thiên về ngữ pháp ngữ nghĩa, tức là lượng ngữ nghĩa nằm trong các thành tố ngữ pháp rất nhiều. Ví dụ, hệ thống tiểu từ dứt câu của tiếng Việt khá phong phú, có một số thứ tiếng khác (tiếng Khơ me, tiếng Thái, tiếng Lào, tiếng Nhật) cũng vậy. Tuy nhiên ta không thể đối dịch 100% lượng nghĩa của những tiểu từ này giữa hai thứ tiếng. Từ "nhé" trong tiếng Việt và từ "ne" trong tiếng Nhật, từ "na" trong tiếng Khơ me có lúc tương đương nhưng có lúc không tương đương. Vì vậy ta phải dùng thủ pháp đối lập, so sánh để làm nổi rõ nghĩa của từng hiện tượng ngữ pháp.

Ví dụ: "nhé" trong "tôi đi nhé" và "em ngủ ngon nhé" là khác nhau. Hoặc trong câu "Trước đây, tôi không thấy thích ăn bằng đũa nhưng giờ lại thấy thích ăn bằng đũa", nếu người học hỏi "lại" là gì, thì ta dùng thủ pháp đối lập để giải thích sẽ hiệu quả hơn.

Tóm lại, đối với việc giải thích cấu trúc ngữ pháp mới, cần cho người học hiểu được cấu trúc được cấu tạo như thế nào? biểu thị ý nghĩa gì? được dùng như thế nào? Về mặt ngôn ngữ học, đây là ba yếu tố "Cú học, nghĩa học, dụng học".

Ngoài ra, có thể dùng cử chỉ, hình vẽ để giải thích ý nghĩa của cấu trúc, ví dụ cấu trúc so sánh tính từ. Cũng có thể dùng ngữ cảnh, tình huống...để giải thích. Tuy nhiên, cách dễ làm nhất và vẫn hiệu quả nhất là dịch những cấu trúc đó sang bản ngữ của sinh viên rồi luyện tập. Nhưng chúng ta phải chú ý một điều, đó chỉ là cách dùng đối với những cấu trúc đơn giản, cơ bản. Còn những cấu trúc phức tạp hơn và nhất là những cấu trúc biểu thị ý nghĩa nhấn mạnh thì phải sử dụng thủ pháp đối lập so sánh, đồng nghĩa cú pháp, tùy cấu trúc, ví dụ cấu trúc khẳng định "từ để hỏi+cũng", "từ để hỏi+chả"...

Tuy nhiên, dù giảng theo cách nào thì ví dụ vẫn rất quan trọng, vì vậy, khi ta viết một cấu trúc, hoặc mô hình cấu trúc lên bảng thì cần cho ít nhất 3 ví dụ. Cần chú ý đến tính thực tế của những ví dụ này. Thực ra, trong các mục ngữ pháp của sách giáo khoa đã có sẵn ví dụ, nhưng những ví dụ này nhiều khi không phù hợp với tình huống thực tế của sinh viên, vì vậy, khi viết ví dụ lên bảng để minh họa cho cấu trúc mới, chúng ta cần đầu tư suy nghĩ cho ví dụ. Những ví dụ hợp lý, ngắn gọn, hay, sẽ giúp sinh viên hiểu nhanh nhất. Nếu cần giải thích kỹ, ở trình độ cơ sở, chúng ta có thể dùng bản ngữ của sinh viên, trong điều kiện có thể. Vì ngôn ngữ dùng để giải thích cấu trúc thường phức tạp hơn bản thân cấu trúc đó.

7. Ví dụ về những hiện tượng ngữ pháp được coi là khó trong tiếng Việt cho người nước ngoài

7.1. Ví dụ 1

Trả lời email:

Ví dụ sau trích từ email tôi trao đổi với sinh viên về những nội dung sinh viên chưa hiểu. Khi đó (2002) tôi dạy ở Đại học Ngoại ngữ Tokyo và sinh viên của tôi đi du học ở Việt Nam. Nếu có gì không hiểu thì sinh viên thường gửi email hỏi. Khi đó chưa có phần mềm UNICODE nên thường dùng chữ không dấu để gửi email cho tiện.

• Giai thich tu "ma"〗

Kono Yasuko

11/19/2002

To: Nguyen Thien Nam

"Di tim su thanh than",

「Cuoc song qua ngan ngui va troi di qua nhanh.

Vi vay, tai sao lai dung thoi gian quy bau cua minh de di

gay cang thang voi nguoi chung quanh, gay cac chuyen

mat doan ket ma khong dung no vao nhieu cong viec co ich

ma con nguoi dang rat thieu thoi gian de thuc hien.」 Trong cau

tren co 2 tu ma, em khong hieu ro. Xin thay giai thich cho em.

The nay em nhe.

Tu "MA`" thu nhat o trong mau cau :[Tai sao lai A ma khong B]= Tai sao lai A?Tai sao lai khong B? Nguoi hoi ngac nhien voi thuc te, hoat dong trai voi suy nghi, tuong tuong cua minh.

Nhung vi du don gian la: Tai sao lai an pho ma khong an com?= Tai sao lai an pho? Tai sao lai khong an com?

Tai sao anh lai hoc tieng Viet ma khong hoc tieng Anh?= Tai sao anh lai hoc tieng Viet? Tai sao anh lai khong hoc tieng Anh?

Trong cau em hoi thi`:

A la "dung thoi gian quy bau cua minh de di gay cang thang voi nguoi chung quanh, gay cac chuyen mat doan ket"

B la "dung no vao nhieu cong viec co ich".

Tu "Ma" thu hai la Ma` kankeidaimeishi. No dung truoc mot "clause"(menh de) giai thich them cho "nhieu cong viec co ich." Ve ngu phap thi cau do van co the ket thuc o sau tu "co› ich".

Có một số hiện tượng ngữ pháp phức tạp nhiều khi xuất hiện ngay trong những bài đầu do việc thiếu kiểm soát ngữ liệu

7.2. Ví dụ 2

Bài 5 (trong 40 bài), trong một giáo trình TVCNNN có những đoạn hội thoại sau:

- *Phải cố mà ăn. Chiều nay không đỡ thì phải đi bệnh viện.*

Hoặc:

Hà: *Chào chị, em bị ốm chị ạ. Ai hỏi em thế chị?*

Chị thường trực: *Thế mà chị không biết. Cứ tưởng em bận. Bạn em, chị gì người nước ngoài, gọi 2,3 lần.*

Những câu này, cần phải dùng ở trình độ nâng cao hoặc chí ít là cuối trung cấp.

Cần viết lại: *Chị không biết em ốm. Chị nghĩ em bận. Có một chị, bạn của em, người nước ngoài. Chị không biết tên chị ấy. Chị ấy gọi điện thoại cho em 3, 4 lần.*

7.3. Ví dụ 3

- *Dạo này trông bác khỏe nhỉ*
- *Bác cứ nói thế chứ...*

Câu thoại: "Bác cứ nói thế chứ..." là một câu khó dạy trong đoạn hội thoại mặc dù trong phần ngữ pháp của bài thì chỉ dạy những mẫu câu rất quy phạm như *"nếu...thì...", "vì...nên..."*. Trong khi đó, câu hỏi của người học sẽ là *"cứ nói thế chứ..."* là gì, tôi không hiểu.

Lúc này, chúng ta không thể dùng giải pháp dịch mà phải dùng đồng nghĩa cú pháp và giải thích hàm ngôn của câu đó.

Bác cứ nói thế chứ... nghĩa là bác nói, bác nghĩ tôi khỏe (có thể nhiều lần rồi, vì có từ *"cứ"*) nhưng thực tế tôi không khỏe như bác nói, bác nghĩ.

7.4. Ví dụ 4

Trường hợp "đây" và "đấy" cuối câu.

1. Mẹ ơi, con đi ngủ đây

2. Mẹ ơi anh ấy đi ngủ đấy.

Ở câu (1) Cả hai câu, đây và đấy đều có ý nghĩa thông báo cho người nghe về một thông tin. Tuy nhiên, chúng ta không thể hoán vị vị trí cho 2 từ này.

Không thể nói:

Mẹ ơi, con đi ngủ đấy (có thể dùng trong một số ngữ cảnh, nhưng trong ngữ cảnh này thì không được)

Cũng không thể nói:

Mẹ ơi, anh ấy đi ngủ đây.

Vì sao như vậy?

Chúng ta xét: Ở *"Con đi ngủ đây"* Chủ ngữ của đi ngủ là *con*, người nói ở vị trí người thứ nhất (ngôi thứ nhất). Còn *"Mẹ ơi, anh ấy đi ngủ đấy"* chủ ngữ của đi ngủ là anh ấy, ngôi thứ 3. Như vậy, câu có từ đây cuối câu phải có chủ ngữ là ngôi thứ nhất, câu có từ đấy cuối câu phải có chủ ngữ là ngôi thứ ba. Điều này, chưa có sách ngữ pháp nào nói đến nhưng người nước ngoài thì không đợi sách ngữ pháp hay từ điển giải thích rồi mới hỏi. Ở đây, thủ pháp đối lập sẽ được sử dụng để làm rõ sự khác nhau giữa "ngôi 1" và "ngôi 3" liên quan đến từ cuối câu như thế nào.

8. Một số điều cần chú ý khi triển khai ngữ pháp trong giảng dạy cũng như trong các giáo trình dạy tiếng Việt:

- Cần có một khung ngữ pháp cơ bản, hệ thống, phù hợp với các trình độ, từ đơn giản đến phức tạp.

- Dạy từng bước một, từng hiện tượng ngữ pháp, luyện tập, đặt câu, giao tiếp. Điều này giúp sinh viên cảm thấy mình đang khám phá, đang tiến bộ và dần làm chủ ngôn ngữ.

- Trình độ cơ sở thì chỉ là những chỉ dẫn đơn giản về cách dùng những câu giao tiếp cần thiết nhất. Trình độ nâng cao thì giới thiệu, giải thích và luyện tập một cách tường minh những hiện tượng ngữ pháp khó, phức tạp, đậm tình thái tính.

- Những hiện tượng ngữ pháp khó nhiều khi xuất hiện trong cách sách dạy tiếng Việt nhưng lại không hề được giải thích, luyện tập. Người soạn sách có thể "lờ" đi nhưng người học thì không thể "lờ" và nhiều khi, người dạy chưa có kinh nghiệm "lãnh đủ".

- Luôn phải chú ý sự gắn kết giữa "form" và "function" để gắn kết giữa lý thuyết với thực hành.

- Sinh viên phải hiểu được ngữ pháp họ đang sử dụng và nội dung họ đang nói.

- Giới thiệu hiện tượng ngữ pháp mới, khó hoặc giải thích hiện tượng ngữ pháp mới, khó bằng phương thức đơn giản hóa, câu ngắn, dễ hiểu để người học có thể tập trung vào hiện tượng ngữ pháp đó. Tức là có thể áp dụng đồng nghĩa cú pháp và thủ pháp đối lập để làm rõ nghĩa.

- Mục đích là để sinh viên dùng đúng (acurate) phù hợp (appropriate) ở mức độ có thể chấp nhận được (acceptable).

Tài liệu tham khảo

1. Chomsky, N., *Syntactic structures*, The Hague: Moulton, 1957, p.15, 16.

2. Corder, S.P. (1973), *Introducing Applied Linguistics*, Penguin.

3. Đinh Văn Đức (1986), *Ngữ pháp tiếng Việt*, Nxb Đại học và Trung học chuyên nghiệp.

4. Ellis, R., *The place of grammar instruction in the second/foreign language curriculum,* in Eli Hinkel & Sandra Fotos (Eds.), *New perspectives on grammar teaching in second language classrooms,* Lawrence Erlbaum Associates, Publishers, London, 2002, p. 19, 20.

5. Cao Xuân Hạo (1998), *Tiếng Việt, mấy vấn đề ngữ âm, ngữ pháp, ngữ nghĩa,* Nxb Giáo dục, Tp Hồ Chí Minh.

6. Trần Trọng Kim, Bùi Kỷ, Phạm Duy Khiêm (1940), *Việt Nam văn phạm*, Hà Nội.

7. Long, M., *Focus on form: A design feature in language teaching methodology.* In K. DeBot, R. Ginsberg, and C. Kramsch (Eds.), *Foreign language research in crosscultural perspective*, Amster-

dam: John Benjamins, 1991, p. 45, 46.

8. Richards, J. C. and Platt, J.; Weber, H. (2010), *Dictionary of Applied Linguistics*, Longman.

9. Nguyễn Anh Quế (1988), *Hư từ trong tiếng Việt hiện đại,* Nxb KHXH, Hà Nội.

第七章

NHỮNG VẤN ĐỀ CƠ BẢN CỦA NGỮ PHÁP TIẾNG VIỆT KHI DẠY TIẾNG VIỆT CHO NGƯỜI NƯỚC NGOÀI: NÒNG CỐT CÂU VÀ CÁC THÀNH PHẦN CHÍNH CỦA CÂU

PGS.TS. NGUYỄN VĂN HIỆP[1]

1 Viện Trưởng, Viện Ngôn ngữ học Việt Nam.

Vấn đề 1: Nòng cốt câu

1.1. Dẫn nhập

Việc xác định nòng cốt câu có liên quan đến việc miêu tả cấu trúc cú pháp của câu, việc xác định câu đơn, câu ghép, câu phức, câu đặc biệt và một loạt các quá trình cú pháp (đề hóa, đảo cú pháp, tỉnh lược..).

Về mặt nội dung, nòng cốt câu biểu thị phán đoán lôgíc [*Ngữ pháp tiếng Việt* 1983:169; Diệp Quang Ban 1987: 24] hay nói cách khác, nòng cốt câu là sự thể hiện ngôn ngữ học của hai thành phần S và P của phán đoán. Theo đó có sự phân biệt hai loại nòng cốt câu là nòng cốt đơn và nòng cốt ghép. Nòng cốt đơn biểu thị một phán đoán đơn (kể cả những nòng cốt đơn đặc biệt như *Mưa!*), còn nòng cốt ghép biểu thị một phán đoán phức hoặc một suy lý [*Ngữ pháp tiếng Việt* 1983]. Việc dựa vào khả năng biểu thị phán đoán để xác định nòng cốt câu có thể được xem là nằm trong xu hướng dựa vào nội dung thông báo để xác định đặc điểm ngữ nghĩa của nòng cốt câu. Theo tập thể tác giả *Ngữ pháp tiếng Việt*, nòng cốt là "trung tâm nội dung thông báo của câu" [*Ngữ pháp tiếng Việt* 1983: 217 - 218].

Về mặt hình thức, các nhà ngôn ngữ học thường dùng cấu trúc chủ-vị (C-V) để miêu tả nòng cốt câu. "Nòng cốt... là tổ chức hạt nhân của câu, thường gồm có chủ ngữ và vị ngữ" [*Ngữ pháp tiếng Việt* 1983: 217 - 218], chủ ngữ và vị ngữ "tạo nên nòng cốt của một câu đơn" [Diệp Quang Ban, 1987: 96]. Tuy nhiên, những kiến trúc C - V bị bao chứa trong một kiến trúc C - V khác hoặc trong từ tổ chính phụ (đoàn ngữ) không được xem là nòng cốt câu. Một cách dùng thuật ngữ khác là dùng cấu trúc Đề-Thuyết thay cho cấu trúc C-V để miêu tả nòng cốt câu, chẳng hạn các tác giả *Ngữ pháp tiếng Việt* của Uỷ ban KHXHVN, đã dùng cặp thuật ngữ đề-thuyết thay cho cặp thuật ngữ chủ-vị với tư cách là cấu trúc cú pháp cơ bản của câu.

Còn một cách hiểu khác về nòng cốt câu, vừa dựa vào nội dung, vừa dựa vào hình thức dùng để chuyển tải nội dung ấy. Đó là quan niệm của một số tác giả xem nòng cốt là cấu trúc tối giản của câu, tức xem nòng cốt câu là cấu trúc tối giản để có được một câu hoàn chỉnh, tương đối độc lập, và cấu trúc ấy không nhất thiết có mô hình C

– V. Tiêu biểu cho quan niệm này là Lê Xuân Thại. Theo tác giả, trong một câu chứa nhiều cụm từ, "cụm từ nòng cốt là cụm từ có thể độc lập thành câu được nếu tước bỏ từ hay các cụm từ làm phần phụ đi" và "cụm từ một chiều" (đoản ngữ) cũng có thể làm nòng cốt câu [Lê Xuân Thại 1969: 41]. Nguyễn Minh Thuyết chủ trương xác định cấu trúc tối giản ấy bằng cách lược bỏ khỏi câu những thành tố không bắt buộc, với một số điều kiện chế định, đó là: (i) khi lược, không được biến một câu trọn vẹn thành câu không trọn vẹn; (ii) nghĩa của phần câu còn lại sau khi lược có thể khác biệt so với câu ban đầu, nhưng quan hệ ngữ pháp giữa các thành tố trong phần câu còn lại ấy phải được bảo toàn so với câu ban đầu; c/ Phép lược phải tiến hành tuần tự theo từng cặp thành tố trực tiếp từ lớn đến nhỏ [Nguyễn Minh Thuyết 1981: 34; Nguyễn Minh Thuyết 1988: 207 - 208].

Trong nghiên cứu ngữ pháp, khi miêu tả hình thức của câu, người nghiên cứu có thể chọn cấu trúc cú pháp cơ bản là C-V (chủ-vị) hay đề-thuyết. Như đã nói, ngữ pháp truyền thống (ở Việt Nam cũng như ở nước ngoài) thường chọn cấu trúc C-V như là cấu trúc cú pháp cơ bản để miêu tả cấu trúc của câu. Tuy nhiên, khoảng hơn hai chục năm trở lại đây, một số tác giả lại chọn cấu trúc đề-thuyết để miêu tả cấu trúc cú pháp của câu. Bên cạnh các tác giả sách *Ngữ pháp tiếng Việt* của UBKHXHVN, Trần Ngọc Thêm cũng không dựa vào kiến trúc C - V để miêu tả nòng cốt câu. Nòng cốt câu, theo Trần Ngọc Thêm, được xác định thông qua cấu trúc đề - thuyết. Theo tác giả, trong tiếng Việt có 4 loại *cấu trúc nòng cốt* là:

a) Nòng cốt đặc trưng: (C → Vđ)

b) Nòng cốt quan hệ (C → Vq -- B)

c) Nòng cốt tồn tại (Tr →Vt --B)

d) Nòng cốt qua lại (xV → yV').

Đặc biệt, với quan điểm ngữ pháp chức năng, Cao Xuân Hạo đã dùng cấu trúc đề-thuyết với tư cách là cấu trúc cú pháp cơ bản của câu tiếng Việt, theo đó nòng cốt câu đơn có hình thức đề-thuyết, được phân ranh giới bằng khả năng chêm xen các tác tử *thì, là, mà* (Cao Xuân Hạo, 1991)

Kế thừa quan điểm của những tác giả đi trước, chúng tôi cho rằng nòng cốt câu là bộ khung ngữ pháp của câu. Đó là *cấu trúc tối giản đảm bảo cho câu độc lập về nội dung và hoàn chỉnh về hình thức.*

Với cách hiểu như vậy, nòng cốt của một câu như Đêm *hôm ấy, tàu Phương Đông của chúng tôi buông neo ở vùng biển Trường Sa* sẽ là *Tàu buông neo* vì đó là cấu trúc tối giản đủ điều kiện để trở thành một câu độc lập (về nội dung) và hoàn chỉnh (về hình thức). Cần lưu ý là với cách hiểu như vậy thì hai câu khác nhau về đặc trưng khẳng định/phủ định và các thành phần ngoại vi khác (tức những ngoài nòng cốt) cũng sẽ có cùng một nòng cốt. Chẳng hạn, hai câu sau đây có cùng nòng cốt:

-Hôm qua, Nam uống cà phê.

-Hôm nay, Nam không uống cà phê.

Nòng cốt của cả hai câu trên là *"Nam uống cà phê"*, bởi lẽ đây là bộ khung tối giản nhất có được tính độc lập về nội dung và hoàn chỉnh về hình thức.

1.2. Cách xác định nòng cốt câu

Phương pháp thích hợp để xác định nòng cốt câu là lược bỏ những thành tố không bắt buộc, tức những thành tố không quan yếu đối với yêu cầu đảm bảo tính độc lập và hoàn chỉnh của câu. Trong những hoàn cảnh giao tiếp cụ thể, các thành tố này có thể đóng vai trò trung tâm nội dung thông báo trong những phát ngôn cụ thể, nhưng trong sơ đồ của câu với tư cách là một cấu trúc ngôn ngữ trừu tượng, chúng không phải những thành tố bắt buộc.

Để thu được kết quả phản ánh chính xác cấu trúc tối giản của câu, cần lược bỏ một cách tuần tự các thành tố không bắt buộc theo từng cặp thành tố trực tiếp (IC: immediate constituents) từ lớn đến nhỏ. Ví dụ, câu "Đêm *hôm ấy, tàu Phương Đông của chúng tôi buông neo trong vùng biển Trường Sa*" được phân tích thành hai IC ở bước 1 là:

Bước 1:

Đêm *hôm ấy / tàu Phương Đông của chúng tôi buông neo trong vùng biển Trường Sa.*

Giữa hai IC này, có thể lược bỏ IC thứ nhất mà không ảnh hưởng đến tính độc lập và hoàn chỉnh của câu. Tiếp đó, bộ phận còn lại được phân tích thành hai IC bậc 2, là:

Bước 2:

tàu Phương Đông của chúng tôi/ buông neo trong vùng biển Trường Sa.

Cả hai IC mới được phân xuất này đều không lược bỏ được, vì nếu lược bỏ bất kì IC nào, câu sẽ không còn mang tính trọn vẹn. Tuy vậy, đến đây, câu vẫn chưa được đưa về dạng tối giản. Bởi thế, chúng ta lại tiếp tục phân tích mỗi IC bậc 2 thành những IC bậc nhỏ hơn và sau mỗi bước phân tích lại lược bỏ những thành tố có thể lược bỏ được, thứ tự như sau:

Bước 3:

tàu Phương Đông của chúng tôi→tàu Phương Đông/ của chúng tôi buông neo trong vùng biển Trường Sa→ buông neo/ trong vùng biển Trường Sa Ở bước này, có thể lược bỏ được các IC "của chúng tôi" và "trong vùng biển Trường Sa".

Bước 4:

tàu Phương Đông→ tàu/ Phương Đông

buông neo→ buông/ neo

Ở bước này, chỉ có thể lược bỏ IC "Phương Đông"

Kết quả, ta thu được nòng cốt là: *Tàu buông neo.*

Quy trình áp dụng thủ pháp lược để tìm nòng cốt như trên có thể được thể hiện trong lược đồ dưới đây:

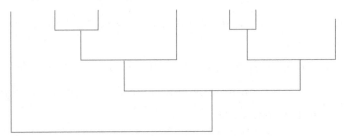

(Đêm hôm ấy) tàu (Phương Đông) (của chúng tôi) buông neo (trong vùng biển Trường Sa)

Trong lược đồ này, những IC không đặt trong ngoặc là những IC được giữ lại sau mỗi lần áp dụng phép lược do tính quan yếu của chúng đối với tính trọn vẹn của câu. Chúng đại diện cho kiến trúc cú pháp chứa chúng và cùng nhau tạo nên nòng cốt câu.

1.3. Nòng cốt câu và việc phân định thành phần câu

1.3.1. Khái niệm thành phần câu

Thành phần câu là những thành phần chức năng. Nòng cốt câu đóng vai trò quan trọng trong việc phân định thành phần câu và xếp thứ hạng thành phần câu. Thành phần câu là những thành tố tham gia vào nòng cốt câu (thành phần chính) hoặc có quan hệ với toàn bộ nòng cốt câu (thành phần phụ). Lấy nòng cốt câu làm cơ sở phân định, có thể chia thành phần câu làm hai loại: thành phần chính và thành phần phụ.

a) **Thành phần chính**: là những thành phần tham gia vào nòng cốt câu. Như vậy, thành phần chính của câu gồm chủ ngữ, vị ngữ và bổ ngữ. Các xác định các thành phần chính của câu là như sau:

- *Vị ngữ*: Vị ngữ là thành tố của nòng cốt câu có thể tiếp nhận các từ chỉ thời, thể hoặc phủ định.

Ví dụ:

Tôi đọc sách→ Tôi đã/đang/sẽ đọc sách→ "đọc" là vị ngữ.

Đồng hồ (này) hai kim→ Đồng hồ (này) *không phải* hai kim→ "hai kim" là vị ngữ.

- Chủ ngữ: Nếu sau khi xác định được vị ngữ mà trong nòng cốt chỉ còn lại một thành tố thì thành tố đó mặc nhiên là chủ ngữ (bất luận là thành tố ấy đứng trước hay đứng sau vị ngữ, so sánh: *Nhà cháy/ Cháy nhà*). Nếu sau khi xác định được vị ngữ mà trong nòng cốt còn lại hơn một thành tố thì chủ ngữ là thành tố có vị trí trước vị ngữ.

Ví dụ: Tôi đọc sách→ "Tôi" là chủ ngữ.

Nó còn tiền →"Nó" là chủ ngữ.

Trên bàn có cuốn sách→ "Trên bàn" là chủ ngữ.

- Bổ ngữ: Bổ ngữ được nhận biết trong đối lập với chủ ngữ, đây là thành tố thuộc nòng cốt không phải là chủ ngữ, vị ngữ.

Ví dụ: Tôi đọc sách→ "sách" là bổ ngữ.

Nó còn tiền→ "tiền" là bổ ngữ.

Trên bàn có cuốn sách→ "cuốn sách" là bổ ngữ.

b)**Thành phần phụ**: là những thành phần có quan hệ phụ thuộc vào nòng cốt câu. Theo quan điểm của chúng tôi, thành phần phụ của câu gồm: trạng ngữ, định ngữ câu, khởi ngữ, tình thái ngữ.

Sau đây là ví dụ về câu với đầy đủ các thành phần kể trên (được in nghiêng):

Việc này	chắc chắn	bây giờ	tôi	phải	suy nghĩ	đã!
Khởi ngữ	*Định ngữ câu*	*Trạng ngữ*	**Chủ ngữ**	**Vị ngữ**	**Bổ ngữ**	*Tình thái ngữ*

1.3.2. Phân biệt thành phần câu với những yếu tố thuộc cấu trúc bậc trên câu và những yếu tố thuộc cấu trúc bậc dưới câu

a)Những yếu tố thuộc cấu trúc bậc trên câu: Đây là những thành tố có tác dụng liên kết câu với những câu khác trong văn bản.

Sau đây là ví dụ về những câu có chứa thành tố liên kết văn bản, thuộc cấu trúc bậc trên câu:

- "*Vả lại*, toàn khách lắm tiền, bước lên xe không thèm mặc cả, cốt để diện với gái, hơn là ra dáng có từ tâm" (Nguyễn Công Hoan).

- "*Và* đáng lẽ thì Hộ phải sung sướng lắm" (Nam Cao)

- "*Nhưng* thói đời, tre già măng mọc, có bao giờ hết những thằng du côn?" (Nam Cao)

b) Những yếu tố thuộc cấu trúc bậc dưới câu: Đây là những yếu tố chỉ có quan hệ với một thành phần câu nào đó, hoặc một từ nào đó chứ không có quan hệ với toàn bộ nòng cốt câu, ví dụ như các định ngữ của thể từ, vị từ và cái mà ngữ pháp truyền thống vẫn gọi là đồng vị ngữ (ví dụ: *Bác tôi, cụ Trần Văn A, là người chỉ thích sống ở thôn* quê). Với ảnh hưởng của lí thuyết từ tổ trong nghiên cứu ngữ pháp, những yếu tố này được gọi là thành phần phụ của cụm từ chứ không phải là thành phần phụ của câu. Sau đây là ví dụ về câu với những yếu tố thuộc cấu trúc bậc dưới câu, được in nghiêng :

-Hôm *mẹ về quê*, chị *tôi* đã gởi tặng bà nội chiếc khăn *san có thêu mấy hàng chữ rất đẹp*.

Câu hỏi và bài tập cho Nòng cốt câu

1) Nòng cốt câu là gì? Cho biết phương pháp xác định nòng cốt câu và hãy vận dụng phương pháp ấy để xác định nòng cốt của câu sau đây :

Khi mùa mưa kết thúc, chúng ta sẽ xây dựng lại cây cầu đẹp hơn, chắc chắn hơn.

2) Xác định nòng cốt các câu sau đây :

a)Có lẽ hôm qua nó đã gặp cậu bé mới đến hôm kia. b)Ông tôi sai tôi ra chợ mua bánh giò.

c)Đỉnh đồi, một anh đang tu bi đông nước ừng ực.

d)Bước lên sàn điếm, lí trưởng quăng toẹt cuốn sổ xuống chiếu.

Vấn đề 2: Các thành phần chính của câu

2.1. Dẫn nhập

Trong nghiên cứu cú pháp, câu đơn song phần được coi là câu gồm một cấu trúc cú pháp cơ bản. Các kiểu câu còn lại (câu ghép, câu phức, câu đặc biệt) sẽ được hình dung chẳng qua chỉ là dạng phát triển hay khiếm khuyết của kiểu câu đơn song phần này. Chúng tôi chọn cấu trúc chủ-vị làm cấu trúc cú pháp cơ bản để miêu tả câu tiếng Việt. Tùy theo bản chất của vị ngữ mà thành phần chính của câu đơn song phần của tiếng Việt sẽ gồm có *chủ ngữ+ vị ngữ* hoặc *chủ ngữ+vị ngữ+bổ ngữ*.

2.2. Vị ngữ

2.2.1 Nhận diện vị ngữ

Tiếng Việt không biến đổi hình thái, nhưng vai trò trung tâm của vị ngữ trong tổ chức ngữ nghĩa của câu cũng được thể hiện qua khả năng kết hợp của từ làm vị ngữ với những từ chỉ thời, thể, tình thái.

Chúng tôi cho rằng: *vị ngữ là bộ phận của nòng cốt câu có thể chen thêm phó từ chỉ thời, thể hoặc tình thái vào phía trước.*

Trong trường hợp bộ phận này gồm hơn một từ thì vị ngữ là từ chính của bộ phận ấy. Tiêu chí tỏ ra rất có hiệu quả, ngay cả những vị ngữ không được biểu thị bằng vị từ cũng có thể được đánh dấu bằng các hư từ như vậy. Ví dụ:

- Anh ấy 30 tuổi   →   Năm nay, anh ấy đã 30 tuổi.
- Nó tên là Quýt   →   Nó đang tên là Quýt.
- Lúa này của chị Du   →   Lúa này sẽ của chị Du. [Nguyễn Minh Thuyết, Nguyễn Văn Hiệp 1998 : 88]

Ở đây, cần lưu ý rằng việc sử dụng các hư từ thời, thể, tình thái làm dấu hiệu nhận biết vị ngữ không liên quan gì để cuộc tranh cãi về sự tồn tại hay không tồn tại của các phạm trù thời và thể trong tiếng Việt.

2.2.2 Phân loại vị ngữ

a)Phân loại vị ngữ theo tiêu chí ngữ nghĩa

Theo cách phân loại này, vị ngữ có thể chia làm 2 loại lớn:

+ *Vị ngữ biểu thị thông tin miêu tả*

Trong trào lưu ngữ pháp chức năng hiện nay, có thể phân loại vị ngữ theo thông tin miêu tả mà vị ngữ tham gia biểu thị. Chẳng hạn, theo Halliday, chúng ta có thể phân loại vị ngữ (mà Halliday gọi là vị tố/predicator) theo 6 kiểu quá trình mà vị ngữ đó đóng vai trò trung tâm, đó là (Halliday 1985):

- Các quá trình vật chất (material), phản ánh thế giới vật lí. Ví dụ: *Họ xây nhà.*

- Các quá trình tinh thần (metal), phản ánh thế giới ý thức. Ví dụ: *Cô ấy sợ ma.*

- Các quá trình quan hệ (relational), phản ánh các mối quan hệ trừu tượng. Ví dụ: *Anh ấy là sinh viên.*

- Các quá trình hành vi (behavioural), chuyển tiếp giữa các sự thể vật chất và các sự thể tinh thần. Ví dụ: *Nó luôn cười.*

- Các quá trình ngôn từ (verbal-tức sử dụng ngôn từ, bao gồm nói năng và cảm nghĩ), chuyển tiếp giữa các quá trình tinh thần và các quá trình quan hệ. Ví dụ: *Cô ấy nói mai mưa.*

- Các quá trình tồn tại (existential-gồm sự tồn tại, sự xuất hiện, sự tiêu biến), chuyển tiếp giữa các quá trình vật chất và các quá trình quan hệ. Ví dụ: *Trên bàn có lọ hoa.*

+ *Vị ngữ biểu thị thông tin tình thái*

Đây là trường hợp vị ngữ do các vị từ tình thái tính đảm nhiệm. So với vị từ tình thái (modal verb) thì các vị từ tình thái tính (modality verb) lập thành một danh sách lớn hơn rất nhiều, có thể xem là một tập hợp mở. Givón đã xác lập một định nghĩa rõ ràng về nghĩa học và kết học cho lớp từ này như sau [Givón 1990: 533]:

- Về mặt nghĩa học:

"a.Là vị từ chính, biểu thị sự bắt đầu, sự kết thúc, sự kéo dài, sự thành công, sự thất bại, sự cố gắng, ý định, nghĩa vụ bắt buộc hoặc khả năng đối với sự tình được miêu tả ở bổ ngữ.

b.Chủ thể ngữ pháp của cú chính bắt buộc cũng là chủ thể ngữ pháp của cú phụ"

- Về mặt kết học: Sơ đồ hình cây sau đây thể hiện vị thế của vị từ tình thái tính trong quan hệ đối đãi với các thành tố khác trong câu:

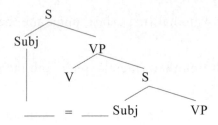

Kí hiệu qui ước: S= câu

Subj = chủ thể ngữ pháp

VP = động ngữ

V = vị từ tình thái tính

Đối với các vị từ tình thái tính, dựa vào tham số về tính hiện thực, có thể phân loại chúng ra thành 3 nhóm: những vị từ hàm thực, những vị từ hàm hư, và những vị từ vô hàm [Cao Xuân Hạo 1991, Bùi Trọng Ngoãn 2004]. Tất cả chúng đòi hỏi có bổ ngữ đi sau là một vị từ.

Nhóm vị từ *hàm thực*: Nhóm này giả định hành động, trạng thái, tính chất... mà vị từ bổ ngữ của chúng biểu thị đã tồn tại thực. Thuộc về nhóm này là các vị từ như: chớm, bắt đầu, ngưng, ngừng, bỏ, nghỉ, hết, hả, dứt, chợt, sực, bật, phát, đâm, đâm ra, sinh, sinh ra, cố tình, cố ý, giả, giả bộ, giả cách, giả vờ, dám...

Ví dụ: "Nó *bỏ* học rồi".

Việc dùng vị từ tình thái "bỏ" giả định rằng trước đây nó đã đi học. Vì thế, ta không thể nói:

- *Nó bỏ học rồi, nhưng thực tế nó chưa bao giờ đi học cả.

Tương tự, ta không thể nói:

- *Mưa *bắt đầu* rơi, nhưng bây giờ thì làm gì có mưa.

- *Nó *đâm* thèm rau, nhưng thực ra nó chẳng thèm gì cả.

Nhóm vị từ *hàm hư:* Nhóm này giả định hành động, trạng thái, tính chất...mà vị từ bổ ngữ của chúng biểu thị là không tồn tại, không có thật. Thuộc về nhóm này là các vị từ như: toan, suýt, chực, hòng...

Ví dụ: "Nó *toan* phát biểu"

Việc dùng vị từ tình thái "toan" giả định rằng nó không phát biểu. Vì thế, ta không thể nói:

- *Nó toan phát biểu, thế rồi trước sự ngạc nhiên của mọi người, nó cứ phát biểu oang oang.

Tương tự, ta không thể nói:

- *Thằng bé *suýt* ngã xuống sông, may nhờ có người nhảy xuống cứu kịp thời, nếu không thì nó chết đuối mất.

- *Nó *chực* chạy, tôi phải cố sức đuổi theo mới bắt được.

Nhóm vị từ *vô hàm:* Nhóm này không giả định hành động, trạng thái, tính chất....mà vị từ bổ ngữ của chúng biểu thị là tồn tại hay không tồn tại. Thuộc về nhóm này có các vị từ như: muốn, mong, ước, ngại, lo, dự tính, dự định, quyết, định bụng...

Ví dụ: "Nó *mong* đi Việt Nam".

Việc dùng vị từ "mong" không giả định là việc nó đi Việt Nam có xảy ra hay không. Vì thế, ta có thể nói:

- Nó mong đi Việt Nam và rồi hôm qua, nó đi thật.

- Nó mong đi Việt Nam, nhưng mong ước mãi mãi chỉ là mong ước, nó lấy đâu ra tiền mà đi.

b)Phân loại vị ngữ theo cấu tạo

Vị ngữ có thể là một từ, ngữ hoặc cụm chủ-vị.

+ Vị ngữ là một từ, ngữ. Ví dụ :

- Cô ấy *xinh*.

- Nó *đọc* sách.

- Mấy anh này *người Huế*.

- Đồng hồ này *ba kim*.

- Bàn này *bằng gỗ*.

Trường hợp vị ngữ là vị từ (động từ, giới từ), dạng phủ định thường gặp nhất là "không"+ động từ/tính từ. Những trường hợp vị ngữ là thể từ, số ngữ hay giới ngữ, dạng phủ định thường gặp là "không phải" +thể từ/số ngữ/giới ngữ. So sánh:

- Cô ấy *xinh*. → Cô ấy **không** xinh.

- Nó *đọc* sách.→ Nó **không** đọc sách.

- Mấy anh này *người Huế*.→ Mấy anh này **không phải** người Huế.

- Đồng hồ này *ba kim*. →Đồng hồ này **không phải** ba kim.

- Bàn này *bằng gỗ*.→ Bàn này **không phải** bằng gỗ.

Trong trường hợp tính từ làm vị ngữ, có thể thêm động từ bổ nghĩa cho nó. Ví dụ:

- Cam này ngon→ Cam này **trông** ngon.

- Cá này ngon→ Cá này **rán** ngon.

Những động từ được thêm vào này không phải là thành tố bắt buộc của câu, chúng chỉ có quan hệ với vị ngữ, chúng tôi xem đây là thành tố thuộc cấu trúc bậc dưới câu. Trong trường hợp chúng được đưa về phía trước, biểu thị chủ đề của câu nói, chúng tôi xem chúng đã được đề bạt (promoted), trở thành khởi ngữ của câu. Sự đề bạt này có thể đi kèm với "thì" với tư cách là từ đánh dấu khởi ngữ. Ví dụ:

- **Trông** cam này ngon/ **Trông** *thì* cam này ngon.

- **Rán** cá này ngon/**Rán** *thì* cá này ngon.

Trường hợp đặc biệt, thán từ cũng có thể làm vị ngữ. Ví dụ:

- Gặp ai nó cũng "**ô**", ra vẻ ngạc nhiên.

- Nói gì nó cũng "**ừ**".

Chúng tôi nhất trí với ý kiến rằng trường hợp này có thể xem là trường hợp thán từ lâm thời chuyển thành vị từ.

+ Vị ngữ là một cụm chủ- vị. Ví dụ:

-Ông ấy bao giờ cũng *miệng nói tay làm*.

2.2. Chủ ngữ

2.2.1 Nhận diện chủ ngữ

Có thể nhận diện chủ ngữ một cách đơn giản: chủ ngữ là thành tố thuộc nòng cốt câu, nếu sau khi xác định được vị ngữ mà trong nòng cốt chỉ còn lại một thành tố thì thành tố đó mặc nhiên là chủ ngữ. Nếu sau khi xác định được vị ngữ mà trong nòng cốt còn lại hơn một thành tố thì chủ ngữ là thành tố có vị trí trước vị ngữ.

Nhờ dựa vào nòng cốt câu, quan điểm của chúng tôi dễ dàng phân biệt chủ ngữ với những thành tố nằm ngoài nòng cốt câu như trạng ngữ, khởi ngữ trong trường hợp các thành tố ấy đứng đầu câu.

2.2.2. Phân loại chủ ngữ

a)Phân loại chủ ngữ theo tiêu chí ngữ nghĩa

Tiếng Việt có thể chấp nhận rất nhiều ngữ đoạn với vai nghĩa khác nhau làm chủ ngữ.

Chủ ngữ là tác thể (Agent, viết tắt là Ag).Ví dụ : *Nam* (Ag) đánh Ba.

Chủ ngữ là nghiệm thể (Expriencer, viết tắt là Exp). Ví dụ : *Cô ấy* (Exp) mệt. Chủ ngữ là tiếp thể (Recipient, viết tắt là Rec).Ví dụ: *Bà* (Rec) được biếu cân cam.

Chủ ngữ là lợi thể (Benefactive, viết tắt là Ben): Ví dụ : *Chị ấy* (Ben) được nó chữa xe cho hôm qua.

Chủ ngữ là lực tự nhiên (Force, viết tắt là Fo). Ví dụ: *Bão* (Force) làm đổ cây. Chủ ngữ là bị thể (Patient, viết tắt là Pa): Ví dụ: *Cầu* (Pa) bị bộ đội phá; *Cô ấy* (Pa) bị nó dọa ma; *Cái cốc* (Pa) bị nó đập vỡ.

Chủ ngữ là công cụ (Instrument, viết tắt là Instr):*Xe đạp này* (Instr) để đi học.

Chủ ngữ là vật thực hiện tác động (Effector). Ví dụ : *Hòn đá* (Effector) làm vỡ kính.

Chủ ngữ là địa điểm, vị trí (Location hay Locative, viết tắt là Lo): *Sa Pa* lạnh.

Chủ ngữ là nguồn của trạng thái (Source, viết tắt là So): Cô *ấy* (So) khiến nó chết mê chết mệt.

Chủ ngữ là thời điểm (Temporal, viết tắt là Temp). Ví dụ : *Tháng giêng* (Temp) lạnh.

Chủ ngữ là thời lượng (Duration, viết tắt là Dur).Ví dụ: *Bốn tháng* (Dur) là quá dài đối với nàng.

Chủ ngữ là thực thể chuyển động (Theme). Ví dụ: *Hòn đá* (Theme) lăn xuống đồi.

Chủ ngữ là mục đích (Purpose). Ví dụ: *Nhu cầu làm đẹp* (Purpose) khiến nàng không tiếc tiền cho đồ trang sức.

Chủ ngữ là nguyên nhân (Reason). Ví dụ: *Sợ hãi* (Reason) làm nó líu lưỡi.

b)Phân loại chủ ngữ theo cấu tạo

+Chủ ngữ là từ, ngữ

Chủ ngữ là thể từ, ngữ thể từ. Ví dụ :

- *Bà nội* vẫn mạnh giỏi chứ ? (Bùi Hiển)

- *Nó* vẫn không mở mấy con chó ra à ? (Ngô Tất Tố)

Chủ ngữ là vị từ, ngữ vị từ. Ví dụ :

- *Yêu* là chết ở trong lòng một ít (Xuân Diệu).

- *Mặc quần Jean đi dạy* bị coi là không đứng đắn ở Hàn Quốc.

- *Dối trá* là tính xấu cần phải tránh.

Chủ ngữ là giới ngữ. Ví dụ :

- *Trong nhà* ra mở cửa ngay!

- *Trên tường* treo một bức tranh.

- Ngoài sân là chỗ mát nhất.

- *Trước mặt* là một chuỗi ngày buồn.

Chủ ngữ là cụm chủ-vị. Ví dụ:

- *Cô ấy ra đi* khiến tôi buồn.

- *Cậu làm thế* là đúng.

- *Nàng còn trẻ và đẹp* làm cho tên cướp cảm động(Nguyễn Đổng Chi).

2.3. Bổ ngữ

2.3.1. Nhận diện bổ ngữ

Chúng tôi cho rằng bổ ngữ là một loại thành phần chính, cùng với chủ ngữ và vị ngữ tham gia cấu tạo nòng cốt câu. Chính bản chất ngữ pháp của vị từ vị ngữ quyết định có hay không có bổ ngữ trong nòng cốt câu, nếu có thì có bao nhiêu và thuộc loại nào. Sau khi nhận diện vị ngữ và chủ ngữ trong nòng cốt câu, thành phần còn lại (nếu có) sẽ là bổ ngữ.

2.3.2. Phân loại bổ ngữ

a)Phân loại bổ ngữ dựa vào nội dung ngữ nghĩa mà bổ ngữ biểu thị

Bản chất từ vựng-ngữ pháp của vị từ vị ngữ quyết định bộ khung các vai nghĩa mà các bổ ngữ có thể đảm nhiệm. Theo ngữ pháp truyền thống, các vị từ đòi hỏi bổ ngữ được gọi chung là các động từ ngoại động (transitive verbs) và các vị từ vị ngữ khác nhau sẽ có một bộ các bổ ngữ tương thích khác nhau. Có thể phân biệt hai loại vị từ ngoại động điển hình (prototypical transitive verbs) và kém điển hình (less prototypical transitive verbs) với các bổ ngữ đặc thù như sau:

+Trường hợp các động từ ngoại động điển hình làm vị ngữ: Các bổ ngữ đi với động từ này là bị thể, chỉ sự vật chịu tác động hay chịu sự thay đổi nào đó (patient- of-change object), gồm có:

Bổ ngữ chỉ vật được tạo tác, ví dụ:

- Bộ đội xây *cầu.*

- Cô ta vừa vẽ xong *một bức tranh.*

Bổ ngữ chỉ vật bị huỷ diệt, bị làm tiêu biến, ví dụ:

- Bộ đội phá *cầu.*

- Anh ta đập vỡ *cái cốc.*

Bổ ngữ chỉ một sự vật bị thay đổi tính chất hoặc đặc điểm vật lý, ví dụ:

- Cô ta nhuộm *tóc*

- Ông ấy chữa lại *căn gác.*

Bổ ngữ chỉ sự vật bị thay đổi vị trí dưới tác động của hành động nêu ở động từ vị ngữ, ví dụ:

- Nó đẩy *chiếc xe* ra khỏi nhà.

- Nó xoay *hòn đá.*

+*Trường hợp các vị từ ngoại động kém điển hình làm vị ngữ*

Thuộc về lớp vị từ này là nhiều tiểu loại vị từ khác nhau, với mức độ "ngoại động" khác nhau. Có thể kể ra đây các tiểu loại vị từ ngoại động kém điển hình và các loại bổ ngữ tương ứng của chúng như sau:

Các vị từ với bổ ngữ chỉ vị trí, đích, hướng không gian, ví dụ:

- Nó vào *bếp*

- Ngày Tết ai cũng về *quê* thăm họ hàng.

Các vị từ chỉ thái độ mệnh đề hoặc tri giác, cảm xúc với bổ ngữ chỉ nội dung mệnh đề hoặc nội dung sự tri giác, cảm xúc, hoặc chỉ nguồn của cảm xúc, ví dụ:

- Tôi tưởng *cô ấy cũng yêu tôi.*

- Tôi cảm thấy *buồn.*

- Nó buồn *nhớ nhà.*

Các vị từ tình thái tính với các bổ ngữ chỉ hành động, sự kiện được đánh giá về tình thái, ví dụ:

- Nam bị *thầy phê bình*.

- Nó dám đi<u>mộtmìnhtrongđêm</u>.

Các vị từ khiên động (manipulative verbs) với các bổ ngữ lần lượt chỉ kẻ bị sai khiến và hành động được sai khiến, ví dụ:

- Bố luôn luôn bắt *tôi cố gắng học tập*.

- Anh ta nhờ *tôi trông coi ngôi nhà*.

Khi phân loại bổ ngữ dựa vào tiêu chí ngữ nghĩa, cũng cần chú ý trường hợp các vị từ với bổ ngữ chỉ đối tượng có sự tương tác qua lại với chủ thể (reciprocal associative object), ví dụ:

- Chàng cưới *nàng*.

- Nam hôn *người yêu*.

(Theo đúng nghĩa của vị từ "cưới", theo đó có sự đồng thuận giữa hai bên thì "Chàng cưới nàng" thì cũng có nghĩa là "Nàng cưới chàng". Tương tự, theo đúng nghĩa thì "Nam hôn người yêu" cũng có nghĩa là "Người yêu hôn Nam")

Trong trường hợp này có thể thực hiện một phép cải biến, dùng "*nhau*" đặt sau vị từ vị ngữ, kết quả là ta có một loại bổ ngữ đặc biệt là đại từ hồi chỉ "nhau", chỉ hai đối tượng có tương tác qua lại với nhau. Ví dụ:

- Chàng cưới *nàng*.

→Chàng và nàng cưới *nhau*.

- Nam hôn *người yêu*

→Nam và người yêu hôn *nhau*.

b)Phân loại bổ ngữ dựa vào các dấu hiệu hình thức

+Phân biệt bổ ngữ trực tiếp và bổ ngữ gián tiếp

Đây là cách phân loại quen thuộc của ngữ pháp truyền thống, theo đó có sự phân biệt giữa bổ ngữ trực tiếp và bổ ngữ gián tiếp căn cứ vào đặc điểm các bổ ngữ này có giới từ đi kèm hay không. Chẳng hạn, trong câu: "Nó tặng cái đồng hồ cho bố", bổ ngữ trực tiếp là *cái đồng hồ* (vì không có giới từ), bổ ngữ gián tiếp là *bố* (vì được bắt đầu bởi giới từ *cho*). Đối với một ngôn ngữ không biến đổi hình thái như tiếng Việt, sự phân biệt bổ ngữ trực tiếp, gián tiếp ở đây chỉ đơn thuần là một sự phân biệt hình thức, bởi lẽ nếu ta hoán vị các bổ ngữ một cách thích hợp, cả hai bổ ngữ có thể đều là bổ ngữ trực tiếp, ví dụ:

- Nó tặng cái đồng hồ/ cho bố.

→Nó tặng *bố/cái đồng hồ* .

+Phân loại bổ ngữ theo cấu tạo nội bộ

Có thể phân biệt 3 trường hợp: bổ ngữ là một danh từ (hay danh ngữ), bổ ngữ là một vị từ (hay ngữ đoạn vị từ) và bổ ngữ là một kết cấu C-V.

(a) Bổ ngữ là một danh từ hay danh ngữ

a1.Trường hợp không có giới từ đi kèm. Ví dụ:

- "Tôi đã gần quên hẳn *anh* rồi" (Nam Cao)

- "À, ra một gã chuột bạch đương quay tơ" (Tô Hoài)

a2. Trường hợp có thể có hoặc không có giới từ đi kèm. Ví dụ:

- Nó tặng *cô ấy chiếc khăn thêu..*

→Nó tặng chiếc khăn thêu *cho cô ấy*.

a3. Trường hợp phải có giới từ đi kèm. Ví dụ:

- Chúng tôi sống *trong ngôi nhà của bố mẹ* .

- Nó chạy *vào nhà.*

(b)Bổ ngữ là một vị từ hay ngữ vị từ

Các bổ ngữ này xuất hiện trong câu có vị từ vị ngữ là:

b1. Vị từ tình thái, ví dụ:

- Ba tôi *muốn đi Hà Nội.*

- Lúc ấy tôi *toan cãi lại.*

b2. Vị từ chỉ năng lực, hiểu biết, ví dụ:

- Cậu ấy *biết chơi ghi ta*

- Cô ta *có thể nói tiếng Tây Ban Nha.*

(c)Bổ ngữ là một kết cấu C-V

Bổ ngữ kiểu này này xuất hiện trong câu mà vị từ vị ngữ là:

c1. Một vị từ tình thái biểu thị sự mong muốn của chủ thể về tính hiện thực của một sự tình nào đó (do bổ ngữ là kết cấu C-V biểu thị), ví dụ:

- Anh *muốn em nghe những bài hát của ngày xưa ấy.*

- Ba tôi *hy vọng tôi sẽ trở thành người tốt..*

c2. Một vị từ có nghĩa tri giác, nhận thức, tâm trạng, ví dụ:

- Tôi *thấy Hải Phòng là một thành phố đẹp.*

- Anh *hiểu vợ anh vẫn còn lưu luyến bóng hình cũ.*

- Bà *sợ tôi không trả được tiền đúng hạn.*

- Anh ta *lo tôi không tìm ra địa chỉ..*

c3. Các vị từ được gọi là "vị từ trong ngoặc" (parenthetical verbs) hay "vị từ biểu thị thái độ mệnh đề" (propositional attitude verbs).

Cấu trúc chứa các vị từ này được coi là một trong những phương tiện biểu thị tình thái: bổ ngữ (được biểu hiện bằng một kết cấu C-V) biểu thị nội dung mệnh đề, còn thái độ của người nói được biểu thị thông qua "vị từ trong ngoặc" hoặc "vị từ biểu thị thái độ mệnh đề. Ví dụ:

- "Tôi tưởng *anh là người oán ghét ông Nghị hơn hết cả mới phải*"(Nguyễn Công Hoan)

- "Tôi *cho giời cũng có mắt lắm.*" (Vũ Trọng Phụng)

- "Tôi *biết ông đương có một mối khổ tâm.*" (Nguyễn Tuân)

Cần lưu ý trong trong trường hợp bổ ngữ là một kết cấu C-V, giữa vị ngữ và bổ ngữ có thể chen thêm các từ "là", "rằng". Ví dụ:

- Anh *muốn là em nghe những bài hát của ngày xưa ấy.*

- Ba tôi *hy vọng tôi sẽ trở thành người tốt..*
- Tôi *thấy rằng Soeul là một thành phố đẹp.*
- Anh *hiểu rằng vợ anh vẫn còn lưu luyến bóng hình cũ.*
- Bà *sợ là tôi không trả được tiền đúng hạn.*
- Anh ta *lo rằng tôi không tìm ra địa chỉ ..*

+ Về bổ ngữ "giả" (dummy object)

Bổ ngữ "giả" (dummy object), là loại bổ ngữ không biểu thị một vai nghĩa nào. Đối với tiếng Việt, chúng tôi cho rằng có thể nói đến một loại bổ ngữ giả, không hề biểu thị một vai nghĩa nào, như trong các ví dụ sau đây:

- Dẹp **cha nó** cái ngày xưa đi cha nội! (Chu Lai)
- Mặc **cha** công việc (Nam Cao)
- Giá một mình con Nguyệt tự tử, thì mặc **quách** nó [...] (Nguyễn Công Hoan)
- Tôi vờ thế, chứ ví đây, có mất **đếch** đâu .(Nguyễn Công Hoan)
- Sợ **cái đếch** gì? (Ma Văn Kháng)
- Chẳng ai hiểu **cái cóc khô** gì thật. (Nguyễn Huy Thiệp)
- Chọn gì nữa, mua **cha** cái đồng hồ này cho rồi!
- Thôi thì lấy **mẹ** con xe này cho xong!

Như có thể thấy qua các ví dụ trên, bổ ngữ giả trong tiếng Việt là những từ ngữ rất đặc biệt, chỉ thuộc vào một số phạm trù. Đó là những từ ngữ chỉ những con vật xấu xí, gớm ghiếc như *cóc, khỉ khô, chó, đếch...*; những từ liên quan đến chết chóc như *quách, thấy mồ, vãi linh hồn*; những từ tục như *cứt, c. l..*, và cả những từ chỉ quan hệ thân tộc như *cha, mẹ....* Chúng có hình thức là danh từ và chiếm vị trí điển hình của bổ ngữ là sau các vị từ ngoại động, tuy nhiên chúng không biểu thị bất kì một vai nghĩa nào, tức không biểu thị bất kì nội dung nào thuộc nghĩa miêu tả. Thay vào đó, chúng biểu thị nghĩa *tình thái,* cụ thể là thể hiện một sự bực bội, tức giận hoặc thái độ miễn cưỡng nào đó của người nói đối với điều được nói đến trong câu. Do vậy, có thể xem chúng là một loại phương tiện biểu thị tình thái.

Câu hỏi và bài tập cho vấn đề Các thành phần chính của câu

1)Thành phần chính của câu là gì? Hãy nêu cách phân biệt các thành phần chính của câu với nhau. Thử xác định các thành phần chính trong câu sau đây:

- Hôm ấy, một hôm mưa gió, cô ấy đã về quê một cách lặng lẽ.

2)Tại sao từ ngữ được in đậm trong các câu sau đây được cho là bổ ngữ giả:

a)Mất đứng vạn bạc, còn **chó** gì nữa! (Vũ Trọng Phụng)

b) Nhưng tôi cứ về, làm **cóc** gì nhau! (Nam Cao)

Tài liệu tham khảo

Bùi Trọng Ngoãn (2004), Động *từ tình thái trong tiếng Việt.* Luận án Tiến sĩ Ngôn ngữ học, Đại học Quốc Gia Hà Nội.

Cao Xuân Hạo (1991), *Tiếng Việt-Sơ thảo ngữ pháp chức năng, tập 1.* Tp Hồ Chí Minh: Nxb Khoa học Xã hội.

Diệp Quang Ban (1987), *Câu đơn tiếng Việt.* Hà Nội: Nxb Giáo Dục.

Givón T. 1990. *Syntax, a functional-typological introduction,* volume 2. Amsterdam/Philadenlphia: John Benjamins Publishing Company.

Halliday M.A.K. (1985), An introduction to Functional Grammar. London: Arnold.

Lê Xuân Thại (1969), "Cụm từ và phân tích câu theo cụm từ". T/c

Ngôn ngữ, Số 2/ 1969, tr 32-42.

Nguyễn Minh Thuyết (chủ biên), Nguyễn Văn Hiệp (1998), *Thành phần câu tiếng Việt*. Hà Nội: Nxb Đại học Quốc gia Hà Nội.

Nguyễn Minh Thuyết (1981), *Chủ ngữ trong tiếng Việt* (Luận án phó tiến sĩ khoa học ngữ văn). Lê-nin-grat: LGU (Tiếng Nga).

Nguyễn Minh Thuyết (1988), "Cách xác định thành phần câu tiếng Việt". In trong : Tiếng Việt và các ngôn ngữ Đông Nam Á. Hà Nội: Nxb KHXH, tr 207-212.

Nguyễn Minh Thuyết, Nguyễn Văn Hiệp (1994), "Về khái niệm nòng cốt câu". T/c Ngôn ngữ, Số 4/1991, tr 51-57.

Nguyễn Văn Hiệp (2009), *Cú pháp tiếng Việt*. Hà nội, Nxb Giáo dục Việt Nam.

Trần Ngọc Thêm (1985), *Hệ thống liên kết văn bản tiếng Việt*. Hà Nội: Nxb KHXH.

UBKHXH (1983), *Ngữ pháp tiếng Việt*. Hà Nội: Nxb Khoa học Xã hội.

第八章

MỘT SỐ NỘI DUNG VÀ PHƯƠNG PHÁP CƠ BẢN TRONG DẠY VÀ HỌC PHÁT ÂM TIẾNG VIỆT

PGS. TS. Nguyễn Văn Phúc[1]

1 PGS.TS. Khoa Việt Nam học & Tiếng Việt, Trường đại học Khoa học Xã hội và Nhân văn, Đại học Quốc gia Hà Nội

A. ĐẶT VẤN ĐỀ

1. Việc dạy tiếng thực chất bao gồm hai nội dung cơ bản. Một là truyền thụ những tri thức ngôn ngữ đích (**nội dung**); hai là hướng dẫn để người học hình thành và phát triển đến thuần thục thói quen sử dụng các tri thức ấy trong các trạng huống giao tiếp khác nhau (**phương pháp hay kỹ năng**). Nói một cách khác, đứng từ phía người học, kết quả học một ngôn ngữ nước ngoài được thể hiện ra trên hai mặt: a) **Tri thức** hay kiến thức, là nội dung giảng dạy: "Dạy cái gì?" và b) **Kỹ năng** hay phương pháp: "Dạy như thế nào?"

Gắn liền với nội dung thứ nhất là việc dạy cho người học những cơ chế được xây dựng bằng vật liệu ngôn ngữ gồm: **ngữ âm, từ vựng, ngữ pháp**. Còn gắn liền với nội dung thứ hai là việc **dạy và luyện** cho người học những dạng hoạt động của các đơn vị thuộc các cấp độ đó: cách thức tổ chức các đơn vị theo kiểu đặc trưng riêng của thứ tiếng đang tiếp nhận, các biến thể xuất hiện khi hành chức hay hoạt động trong thực tiễn nói năng; bao gồm cả việc phục hồi và khắc phục những khiếm khuyết mà ở nội dung thứ nhất người học chưa có điều kiện hoàn thiện…v.v.

Hai bình diện được chia tách trên chỉ mang tính lý thuyết còn trong thực tế chúng đặt điều kiện cho nhau, không phân biệt rạch ròi. Vốn tri thức ngôn ngữ thường luôn được thâu nhập và củng cố qua sử dụng. Và ngược lại, kỹ năng chỉ có thể được nâng cao khi thật sự có tri thức về các yếu tố ngôn ngữ đang dùng.

2. Bình diện ngữ âm (hay phát âm) được coi là một phần (a part) quan trọng và thường được cả người dạy cũng như người học tiến hành ở những giờ học đầu tiên. Phát âm đúng tiếng Việt không chỉ liên quan đến việc phát triển và hoàn thiện các kỹ năng **nghe, nói, đọc,**

viết mà dưới góc độ tâm lý, nó còn tạo điều kiện, hỗ trợ người học tự tin hơn trong giao tiếp bằng tiếng Việt hàng ngày. Thực tiễn của tiến trình dạy và học tiếng Việt đối với người nước ngoài, cho thấy người học sau một quá trình tiếp nhận tiếng Việt, chất lượng nắm vững các cấp độ ngôn ngữ là không đồng đều. Họ có thể đạt được thành tích rõ rệt về từ vựng, ngữ pháp, nhưng về ngữ âm và ngữ nghĩa thì vẫn không cải thiện được là bao. Nhiều người nước ngoài tuy đã làm chủ được hoàn toàn các mặt ngữ pháp, thói quen giao tiếp của người Việt nhưng vẫn gặp những khó khăn nhất định về mặt phát âm. Nhất là lời nói trôi chảy thì hầu như rất khó để đạt được.

Vấn đề này nảy sinh, một mặt là do bản chất của cơ cấu ngữ âm tiếng Việt vốn ít tính đều đặn, nhiều bất thường và sự chi phối của các quy luật giao tiếp của con người. Trong thực tế giao tiếp bằng lời đôi khi, các nhu cầu cần thông đạt giúp cho người ta dễ dàng hiểu nhau và bỏ qua cái ấn tượng ban đầu về chất giọng, vùng âm vực hay các lỗi về phát âm. Mặt khác, trong tiến trình giảng dạy, bình diện phát âm thường dễ gây chán nản cho cả người dạy lẫn người học nên nhiều nội dung cơ bản thuộc ngữ âm đôi khi không được thực hiện đầy đủ, bỏ qua khi cả hai đều chưa thấy hết sự cần thiết của chúng…

B. CÁC NỘI DUNG (TRI THỨC) NGỮ ÂM TIẾNG VIỆT CẦN YẾU

1. Âm, chữ (viết), và kí hiệu ghi âm (chữ cái)

a. Âm (thanh) là kết quả của một động tác cấu âm do bộ máy phát âm tạo ra, được nhận biết bằng *thính giác* (tai). Chữ (viết) là kí hiệu ghi lại âm, được viết ra (hoặc in) trên các chất liệu phẳng, nhận biết bằng *thị giác* (mắt). Về nguyên lý, âm luôn có trước, chữ là ký hiệu được sử dụng để ghi âm nên bao giờ cũng có sau. Hệ thống chữ viết lý tưởng là hệ thống chữ viết ghi âm; mỗi ký hiệu ghi một âm cụ thể (đọc thế nào viết như thế ấy) và tương ứng với một chữ cái. Tuy nhiên, lịch sử phát triển cũng cho thấy rằng, thông thường, chữ đại diện cho âm, nhưng trong nhiều trường hợp, giữa chữ và âm có sự lệch nhau, không ăn khớp. Chẳng hạn, trong tiếng Việt:

- Âm [i] được ghi bằng hai con chữ là "i" và "y",

- Âm [z] được ghi bằng hai con chữ là "d" và "gi",

- Âm [k] được ghi bằng ba con chữ là "c", "k" và "q", v.v..

Lại có trường hợp, một con chữ đại diện cho nhiều âm, chẳng hạn:

- Con chữ "a" trong *"tai", "cháo"* được ghi đại diện nguyên âm [a], nhưng trong *"tay", "cháu"* thì lại ghi đại diện nguyên âm [ă] (a ngắn),…v.v.

Do đó, trước hết người dạy và người học cần được trang bị và thông thuộc các khái niệm cần yếu về **chữ cái, tên chữ cái và tên âm.**

b. Về số lượng: hệ thống chữ viết tiếng Việt hiện nay (chữ quốc ngữ) có 29 con chữ (chữ cái), trong đó, có 17 con chữ ghi phụ âm, 12 con chữ ghi nguyên âm: A, Ă, Â, B, C, D, Đ, E, Ê, G, H, I, K, L, M, N, O, Ô, Ơ, P, Q, R, S, T, U, Ư, V, X, Y.

c. Về tên gọi các chữ cái và tên âm: chữ cái là đơn vị cơ bản của một hệ thống chữ viết ghi âm để ghi lại các kí hiệu âm thanh ngôn ngữ, làm cơ sở để phiên viết các từ ngữ. Con người tiếp nhận chữ cái bằng cơ quan thị giác song mỗi chữ cái vẫn có một tên gọi (âm đọc) nhất định để có thể nhắc tới chúng trong những trường hợp cần thiết. Tên chữ (cái) thường được dùng để gọi tên từng ký hiệu một (chữ cái) khi viết; còn tên âm được dùng khi đọc và nói. Chẳng hạn, theo truyền thống, trong dạy và học ở trường người ta thường sử dụng tên chữ để dạy viết còn tên âm để hướng dẫn phát âm (đánh vần) hay đọc và nói: "Từ *cháu* viết thế nào?" - "*xê, hát, a, u và dấu sắc*", đọc và phát âm thế nào: "*chờ, a-u, au, sắc, cháu*"...v.v.

Bảng 8-1. Âm, chữ, và kí hiệu ghi âm tiếng Việt

STT	CHỮ	TÊN CHỮ	TÊN ÂM
1	A/a	a	a
2	Ă/ă	a ngắn	á
3	Â/â	ơ ngắn	ớ
4	B/b	bê	bờ
5	C/c	xê	cờ
6	D/d	dê	dờ
7	Đ/đ	đê	đờ
8	E/e	e	e
9	Ê/ê	ê	ê
10	G/g	giê	gờ
11	H/h	hát	hờ
12	I/i	i ngắn	i
13	K/k	ca	cờ
14	L/l	e lờ	lờ
15	M/m	em mờ	mờ
16	N/n	en nờ	nờ
17	O/o	o	o
18	Ô/ô	ô	ô
19	Ơ/ơ	ơ	ơ
20	P/p	pê	pờ
21	Q/q	cu	quờ

STT	CHỮ	TÊN CHỮ	TÊN ÂM
22	R/r	e rờ	rờ
23	S/s	ét sì/ sờ nặng	sờ
24	T/t	tê	tờ
25	U/u	u	u
26	Ư/ư	ư	ư
27	V/v	vê	vờ
28	X/x	ích xì/ xờ nhẹ	xờ
29	Y/y	i-g-rếc/ i dài	i

Ngoài ra, trong bối cảnh ngôn ngữ hành chức chúng còn được sử dụng:

1. Khi cần đọc thành tiếng các khối chữ viết tắt, ví dụ: căn cứ "Thông tư số 45/ TCCP ngày 11/3/1996 của Ban tổ chức chính phủ", căn cứ "Quyết định số 32/QĐ- TTg ngày 12/6/2001 của Thủ tướng chính phủ", v.v.

2. Khi cần gọi tên các đối tượng theo tên chữ cái, ví dụ: súng trương CKC, tiểu liên AK, lớp 9A, đội bóng hạng A, v.v.

3. Khi cần phát biểu quy tắc phiên âm chính tả hoặc dạy học sinh viết chữ cái, ví dụ: phát biểu quy tắc phiên âm hai tiếng *quả cà,* v.v...

Về nguyên tắc, khi một chữ cái đại diện cho một đơn vị âm thanh ngôn ngữ thì khi cần gọi tên chữ cái đó ta có thể dùng ngay âm mà nó biểu thị. Ví dụ, trong tiếng Việt, các chữ cái [a, ê, e, u, ô, o...] đại diện cho các âm /a, e, ɛ, u, o, ɔ /... nên được gọi là "a", "ê", "e", "u", "ô", "o"... Tuy nhiên, nguyên tắc này không thể áp dụng triệt để, chủ yếu vì hai lí do sau đây: a) chữ cái không bao giờ trùng khít tuyệt đối 1:1 với một kí hiệu âm thanh ngôn ngữ. Chẳng hạn: một chữ cái dùng để ghi nhiều âm, như chữ [a] ghi nguyên âm /a/ trong [*ai, am, an, ang,...*

v.v]; ghi nguyên âm /ă/ (a ngắn) trong [au, ay]. Có khi, một âm được ghi bằng nhiều chữ cái, như âm /i/ được ghi bằng 2 chữ cái i và y]; âm /k/ được ghi bằng 3 chữ cái [c, k, q,...v.v]. Rõ ràng, trong những thực tế này, cần phải lựa chọn và đặt cho mỗi chữ cái một tên gọi dứt khoát, làm sao để khu biệt rạch ròi giữa tên gọi chữ cái và tên âm.

Chính vì vậy, khi nghiên cứu và giảng dạy ngữ âm, đừng để chữ đánh lừa mà phải chú ý những gì tai nghe được để đối chiếu với những gì viết ra. Để tránh sự hiểu lầm, năm 1888, Hội ngữ âm học quốc tế đặt ra một hệ thống kí hiệu ghi âm quốc tế (International Phonetic Alphabet) viết tắt là IPA. Khi nghiên cứu ngữ âm, phải dùng kí hiệu ghi âm quốc tế để ghi âm thanh một cách thống nhất. Nguyên tắc, tương ứng một âm dùng một kí hiệu, dùng dấu móc [.] để ghi âm tố, dùng hai vạch đứng /./ ghi âm vị. Chẳng hạn: [a] (a), [b] (b), [z] (d/gi), [d] (đ), [ɛ] (e), [ɤ] (ơ)...v.v.

2. Chính tả tiếng Việt

a. Khái niệm chính tả: Chính tả (orthography) là phép viết đúng, hay lối viết hợp chuẩn mực. Chính tả là hệ thống các quy tắc về cách viết thống nhất (viết đúng) cho các từ của một ngôn ngữ, cách viết hoa tên riêng, cách viết tên riêng tiếng nước ngoài, cách viết dấu câu... Nói cách khác, chính tả là những quy ước của xã hội trong ngôn ngữ; mục đích của nó là làm phương tiện truyền đạt thông tin bằng chữ viết, đảm bảo cho người viết và người đọc hiểu như nhau nội dung văn bản. Chính tả trước hết là sự quy định có tính chất xã hội; nó không cho phép vận dụng quy tắc một cách linh hoạt và cá nhân không được phép sáng tạo (tức là không có tính sáng tạo cá nhân). Chính tả có sau chữ viết và là yêu cầu tất yếu của ngôn ngữ có chữ viết. Bởi lẽ, chính tả đảm bảo tính thống nhất trong nội bộ chữ viết, duy trì sự tồn tại và phất triển của chữ viết.

b. Các nguyên tắc chính tả:

· **Nguyên tắc ngữ âm học:** Nguyên tắc này có nghĩa là âm thế nào thì viết thế ấy, tức là, chữ dùng để đại diện cho âm, ghi lại âm. Mỗi chữ là một đơn vị phiên âm. Tuy nhiên, có khi chữ cái tự mình làm đơn vị phiên âm như [b] /b/, [m] /m/, [v] /v/, [t] /t/, [n] /n/,...v.v. nhưng cũng có trường hợp phải ghép với các chữ cái khác thành chữ kép để làm đơn vị phiên âm như [th] /t'/, [kh] /x/, [nh] /ɲ/, [ng] /[ngh] /ŋ/, ...v.v. Về cơ bản, chính tả tiếng Việt sử dụng nguyên tắc này.

· **Nguyên tắc truyền thống:** Nguyên tắc này chỉ dựa vào truyền thống chữ viết, tức là phiên viết theo thói quen đã có từ trước của chữ viết (cách viết của người nước ngoài). Chẳng hạn, cùng một âm đầu /ŋ-/ nhưng viết thành [ng và ngh]. Được viết thành [ngh] là do thói quen lâu nay vì nó đứng trước các nguyên âm [i, ê, e, iê]. Chẳng hạn: *nghỉ, nghề, nghe, nghiện,* ...v.v.

· **Nguyên tắc phân biệt:** Dùng sự phân biệt ý nghĩa để đánh giá tính đúng sai của chữ viết. Chẳng hạn, cùng âm đầu /z-/ nhưng viết con chữ [d] trong *"da dẻ"*, (cặp) *"da, dành dụm, dì dượng"*, v.v.; viết [gi] trong *"gia* (vị), *gia giảm, gia* (đình), *giành giật,* (cái) *gì"*, ...v.v.

c. Các quy tắc chính tả tiếng Việt

· **Quy tắc viết âm tiết và từ ngữ:** Viết âm tiết theo quy tắc viết rời, nghĩa là các âm tiết (trong từ) được viết rời ra với những khoảng cách đều nhau trong dòng chữ viết. Một số đơn vị từ ngữ được viết theo từ nguyên, chẳng hạn: *sáp nhập* (không viết *sát nhập*), *nền nếp* (không viết *nề nếp*). Có trường hợp lại viết theo cách phát âm hiện nay, chẳng hạn: *khoái trá* (viết theo từ nguyên là *khoái chá*), *tu hành* (viết theo từ nguyên là *tu hạnh*), v.v.. Có trường hợp vừa viết theo từ nguyên, vừa viết theo cách phát âm hiện nay, chẳng hạn: (chim) *bằng* (theo từ nguyên), (đại) *bàng* (theo cách phát âm hiện nay). Lại có những trường hợp chấp nhận hai chuẩn chính tả, chẳng hạn: *mặc dù* và *mặc dầu, sứ mệnh* và *sứ mạng, eo sèo* và *eo xèo*, v.v..

· **Quy tắc viết hoa:** Quy tắc viết hoa gồm viết hoa đầu câu, đầu đoạn, viết hoa tên riêng, viết hoa tu từ... Đối với viết hoa tên riêng: những tên riêng chỉ người, các đơn vị hành chính thì viết hoa tất cả các âm tiết có trong tên riêng. Chẳng hạn: *Hồ Chí Minh, Võ Nguyên Giáp, Hưng Nguyên, Nghệ An, Việt Nam*, v.v.. Tên riêng là các cơ quan, tổ chức, đoàn thể, đơn vị thì chỉ viết hoa âm tiết đầu. Chẳng hạn: *Bộ Giáo dục và Đào tạo, Trường đại học Sư phạm Hà Nội, Hội liên hiệp Phụ nữ Việt Nam, Nhà máy bóng đèn phích nước Rạng Đông*, v.v.. Các trường hợp viết hoa tu từ gồm: các tước hiệu (xưa), các danh hiệu (nay) như: *Bố Cái Đại Vương, Trần Hưng Đạo, nghệ sĩ Nhân dân, nhà giáo Ưu tú*, v.v.; các sự kiện lịch sử to lớn trong và ngoài nước như *cách mạng tháng Mười, cách mạng tháng Tám*, v.v.; liên quan đến lãnh tụ như *Người, Ông Cụ*, v.v.; các chức vụ lớn như *Tổng bí thư, Chủ tịch* (nước, quốc hội), *Thủ tướng, Bộ trưởng*, v.v..

· **Quy tắc viết bộ dấu câu:** Tiếng Việt có 10 dấu câu, trong đó có các dấu dùng để kết thúc câu và các dấu dùng trong nội bộ câu. Các dấu dùng để kết thúc câu gồm dấu chấm (.) dùng để kết thúc câu kể, dấu hỏi (?) dùng kết thúc câu hỏi, dấu cảm (!) dùng kết thúc câu mệnh lệnh và câu cảm. Các dấu dùng trong nội bộ câu gồm dấu phẩy (,), dấu chấm phẩy (;), dấu hai chấm (:), dấu vạch ngang (-), dấu lửng (...), dấu ngoặc đơn ( ), dấu ngoặc kép ("... ").

· **Quy tắc viết tắt:** Chữ tắt gồm chữ tắt quốc tế và chữ tắt quốc gia. Trong mỗi loại chữ tắt đều có kiểu đọc được theo vần và kiểu không đọc được theo vần. Kiểu đọc được theo vần như ASEAN, VI-NATABA,...v.v; kiểu không đọc được theo vần như WB, TTg,...v.v. Kiểu viết tắt và đọc tắt và kiểu viết tắt nhưng không đọc tắt được.

Kiểu vừa viết tắt vừa đọc tắt như IMF, QĐ – UB,,.. v.v; kiểu viết tắt nhưng không đọc tắt được như TTXVN (Thông tấn xã Việt Nam), GS.TS. (giáo sư tiến sĩ),…v.v.

· **Quy tắc phiên viết tên riêng tiếng nước ngoài:** Những tên địa lí đã Việt hoá (tên các châu lục, các đại dương, tên một số nước như Anh, Pháp, Đức, Mĩ, Ý,… v.v.) vẫn viết như cũ. Những tên địa lí khác thì viết nguyên dạng nếu bản ngữ dùng chữ Latinh; nếu bản ngữ dùng chữ khác thì chuyển tự sang chữ Latinh. Ngoại lệ duy nhất cho nguyên tắc này là tên người và tên đất Trung Quốc, vốn xưa nay được phiên đọc theo âm Hán Việt, viết theo cách phát âm này. Trong khi chuyển tự, vần chữ quốc ngữ cần được bổ sung thêm các chữ cái thông dụng như các nước dùng chữ La tinh như F, J, W, Z.

d. Vấn đề chuẩn hoá chính tả

Trong các vấn đề ngôn ngữ có vấn đề chính tả. Viết đúng chính tả là yêu cầu tối thiểu đối với người có học. Đối với cả nước hiện nay, chính tả là thống nhất; nó vừa thể hiện vừa góp phần giữ gìn và củng cố sự thống nhất của tiếng Việt. Nhưng hiện nay, trên các sách báo tiếng Việt, rải rác có tình trạng chính tả chưa thống nhất, thậm chí viết sai chính tả. Chính tả có những chỗ còn bất hợp lí, vần chữ quốc ngữ có phần cứng nhắc, chật hẹp nên khó đáp ứng một số yêu cầu mới của việc sử dụng ngôn ngữ, nhất là trong khoa học. Do đó, cần phải xác định chuẩn chính tả trong những trường hợp không có chuẩn rõ ràng, trường hợp còn tồn tại song song hai chuẩn chính tả. Việc xác định chuẩn chính tả là hết sức cần thiết và là nhiệm vụ thường xuyên. Cần phải xác định chuẩn chính tả đối với một số âm tiết trong cách viết một số từ ngữ mà chính tả chưa nhất trí như *quý/quí, láng giềng/láng diềng, trau dồi/trau giồi, giải thưởng/dải thưởng, trán giô/trán diô, đá dăm/đá giăm, trổi dậy/chổi dậy, trưng bày/chưng bày, xanh rờn/xanh dờn, suýt soát/xuýt soát, hàng ngày/hằng ngày, màu/mầu, thầy giáo/*

thày giáo, nhẽ ra/lẽ ra, nhỡ lời/lỡ lời, v.v.. Cần quy định cách viết hoa tên riêng thống nhất, chẳng hạn, chọn một trong ba cách viết hoa sau đây: *Trường Đại học sư phạm Hà Nội, Trường Đại học Sư phạm Hà Nội, Trường đại học sư phạm Hà Nội*. Về cách viết tên riêng tiếng nước ngoài, chọn cách viết nguyên dạng hay phiên âm?

Từ trước đến nay, có rất nhiều công trình từ điển chính tả ra đời nhưng tiêu biểu hơn cả là ba công trình sau đây: *Việt ngữ chánh tả tự vị* của Lê Ngọc Trụ (1959); *Từ điển chính tả phổ thông* của Viện văn học (1963); *Chính tả tiếng Việt* của Hoàng Phê (1999).

3. Các đơn vị ngữ âm tiếng Việt ở cấp độ dưới âm tiết

a. Âm tiết là đơn vị phát âm nhỏ nhất. Trong tiếng Việt, âm tiết có cương vị ngôn ngữ học khác với âm tiết trong các ngôn ngữ khác. Một trong những đặc điểm quan trọng nhất, tạo nên tính đặc thù cho âm tiết tiếng Việt, đó là: **Âm tiết tiếng Việt có tính đơn lập cao trong lời nói:** Tiếng Việt là ngôn ngữ thuộc loại hình ngôn ngữ đơn lập, dĩ nhiên, âm tiết có tính đơn lập mức độ cao nghĩa là trong chuỗi âm thanh của tiếng Việt, âm tiết là đơn vị ngữ âm có khả năng đứng riêng rẽ, độc lập. Mỗi âm tiết chiếm giữ một khúc đoạn riêng biệt, tách bạch. Cụ thể: **về ranh giới,** trong chuỗi âm thanh, ranh giới giữa các âm tiết luôn luôn được xác định một cách dứt khoát, rõ ràng, tách bạch, nghĩa là có tính cố định. Ranh giới âm tiết không bao giờ xê dịch so với ranh giới của những đơn vị mang nghĩa. Người nói, dù phát âm nhanh hay chậm thì người nghe vẫn nhận ra từng khúc đoạn âm thanh (âm tiết) được đánh dấu bằng những chỗ ngừng nghỉ rõ ràng. Chẳng hạn: *"cá tươi"* không bao giờ phát âm thành *"cát ươi"*, *"cảm ơn"* không phát âm thành *"cả mơn"*, *"mộ tổ"* không phát âm thanh "*một ổ*", …v.v. So sánh với các ngôn ngữ khác (châu Âu), ta thấy âm tiết trong các ngôn ngữ này không cố định về ranh giới âm tiết mà có sự xê dịch. Chẳng hạn, tiếng Nga: *стол* (cái bàn), số ít - một âm tiết, nhưng *столы* (những cái bàn), số nhiều, phát âm thành hai âm tiết [*сто*] – [*лы*]. Ta thấy, âm [л] vốn là yếu tố của âm tiết [стол] nhưng lại tách ra (xê dịch) để tổ chức âm tiết mới; tương tự tiếng Anh: [*thank*] (cám ơn) và [*thank you*] (cám ơn anh), phụ âm cuối [-k] sẵn sàng rời bỏ chức năng kết thúc âm tiết đầu để trở thành âm đầu của âm tiết thứ hai. Xét về mặt cấu âm, ở các âm tiết Việt, các âm tố mở đầu âm tiết có xu hướng **mạnh cuối**, tức là gắn chặt với các yếu tố đi sau nó; còn các âm tố ở cuối âm tiết lại có xu hướng **mạnh đầu**, nghĩa là gắn chặt với các yếu tố trước nó. Do đó, ranh giới giữa các âm tiết luôn luôn cố định trong chuỗi âm thanh. **Về cấu trúc**, âm tiết tiếng Việt có cấu trúc chặt chẽ. Nếu trong các ngôn ngữ châu Âu, âm tiết cũng có cấu trúc nhưng hết sức lỏng lẻo, gần như chỉ là sự lắp ghép cơ học các âm tố (âm vị) nguyên âm và phụ âm; diện mạo âm tiết dễ bị phá vỡ khi đi vào câu. Còn âm tiết tiếng Việt là một chỉnh thể có cấu trúc chặt chẽ. Trước hết, âm tiết do các yếu tố ngữ âm nhỏ hơn tạo thành, có sự cố định về số lượng yếu tố tham gia cấu tạo: tối đa là 5 yếu tố gồm **âm đầu, âm đệm, âm chính, âm cuối và thanh điệu**; tối thiểu gồm hai yếu tố: âm chính và thanh điệu. Các yếu tố trong cấu trúc âm tiết được tổ chức theo hai bậc quan hệ: bậc 1, là bậc của các bộ phận trực tiếp tạo thành âm tiết gồm âm đầu, vần và thanh điệu; bậc 2, gồm các yếu tố tạo thành một bộ phận của âm tiết, tức phần vần gồm âm đệm, âm chính và âm cuối. Quan hệ giữa các yếu tố (trong hai bậc) cũng có tính cố định đã được thể hiện qua cách đánh vần và cách phân tích âm tiết của người Việt.

T H A N H Đ I Ệ U		
PHỤ ÂM ĐẦU	V Ầ N		
	Âm đệm	Âm chính	Âm cuối

Bảng 2. Lược đồ cấu trúc âm tiết tiếng Việt

b. Từ góc độ thực hành tiếng, chúng tôi cũng giới thiệu thêm mô hình cấu trúc âm tiết tiếng Việt theo lối tiếp cận thực tế (hay thực dụng); theo đó một âm tiết Việt bao hàm hai cấu trúc khá cân đối: siêu đoạn (ngôn điệu) và chiết đoạn (âm vị). Hai cấu trúc này liên hệ chặt với nhau đến mức không thể tách biệt. Sự cố kết chặt chẽ này tạo nên đặc thù âm thanh của tiếng Việt nói riêng và của các ngôn ngữ đơn lập phân tiết tính nói chung. Nói cách khác, khái niệm âm tiết ở ngôn ngữ học đại cương trong tiếng Việt chính là "**tiết vị**".

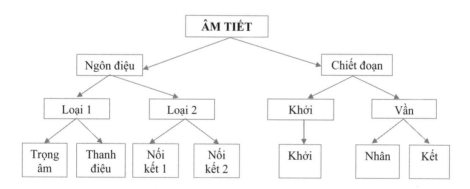

(Nội dung âm vị học của *Khởi, Nhân, Kết*, về đại thể tương ứng với các nội dung *Âm đầu, Âm chính* và *Âm cuối* của các tác giả Việt Ngữ khảo cứu trước đây; các nội dung âm vị học của *Nối kết* nằm trong các kết hợp giữa các "*đoạn*" *Âm đầu* với *Vần, Âm chính* với *Âm cuối*. Khái niệm *Âm đệm* sẽ tương ứng với *Nối kết 1*; các thể "dài/

ngắn" của âm vị *Âm chính* tương ứng với *Nối kết 2*).

c. Phân loại âm tiết

Âm tiết tiếng Việt có thể phân loại theo ba tiêu chí sau đây:

· **Theo số lượng yếu tố tham gia cấu tạo âm tiết**, ta sẽ chia âm tiết thành 8 loại: loại 1/ **âm chính và thanh điệu**, ví dụ: *ổ, ú, ạ, ế*, v.v.; loại 2/ **âm đầu, âm chính và thanh điệu**, ví dụ: *nhớ, bà, mẹ, già*, v.v.; loại 3/ **âm đệm, âm chính và thanh điệu**, ví dụ: *oe, uy, uế*, v.v.; loại 4/ **âm chính, âm cuối và thanh điệu**, ví dụ: *ăn, uống, ồn ào*, v.v.; loại 5/ **âm đầu, âm đệm, âm chính và thanh điệu**, ví dụ: *toà, hoa, quê*, v.v.; loại 6/ **âm đệm, âm chính, âm cuối và thanh điệu**, ví dụ: *oan, oanh, oai*, v.v.; loại 7/ **âm đầu, âm chính, âm cuối và thanh điệu**, ví dụ: *bàn, nam, tháng*, v.v.; loại 8/ **âm đầu, âm đệm, âm chính, âm cuối và thanh điệu**, ví dụ: *xuân, huyền, toán*, v.v. Tám loại trên có thể quy về bốn loại lớn: loại hai yếu tố (loại 1), loại ba yếu tố (loại 2, 3, 4), loại bốn yếu tố (loại 5, 6, 7) và loại năm yếu tố (loai 8). Kết quả phân loại theo tiêu chí này cho ta biết các loại hình âm tiết tiếng Việt về mặt cấu tạo.

· **Theo tiêu chí thanh điệu**, ta có thể phân chia âm tiết thành hai loại: **âm tiết bằng** và **âm tiết trắc**. Âm tiết bằng là những âm tiết có thanh ngang và thanh huyền, chẳng hạn: *quê, ta, đường, làng…*; còn âm tiết trắc là những âm tiết có thanh hỏi, thanh ngã, thanh sắc và thanh nặng, chẳng hạn: *cửa, sổ, dũng, sĩ, cắt, tóc, đại, học…* Các âm tiết được phân loại theo tiêu chí này là cơ sở để xác định cách đọc diễn cảm, hiệp vần trong các thể thơ (vần bằng, vần trắc).

· **Theo tiêu chí cách kết thúc âm tiết**, ta có thể chia âm tiết thành 4 loại: **âm tiết mở, âm tiết nửa mở, âm tiết nửa khép** và **âm tiết khép**. Âm tiết mở là những âm tiết kết thúc bằng nguyên âm (không có âm cuối), chẳng hạn: *mẹ, về, nhà, bà,…*v.v. Âm tiết nửa mở là những âm tiết kết thúc bằng hai bán âm /-w/ (o, u) và /-j/ (i, y), chẳng hạn: *đào, hào, cầu, tàu,...* v.v.; *đời, người, ngày, mây,...* v.v. Âm tiết nửa khép là những âm tiết kết thúc bằng các phụ âm tắc - mũi (vang) /-m, -n, -ɲ, -ŋ/ (m, n, nh, ng), chẳng hạn: *năm, trăm, tân, xuân, tỉnh, thành, sang, đồng, ...*v.v. Âm tiết khép là những âm tiết kết thúc bằng các phụ âm [tắc - miệng] (điếc) /-p, -t, -c, -k/ (p, t, ch, c), chẳng hạn: *họp, lớp, cắt, tiết, sách, lịch, bóc, lạc,...*v.v.

4. Các đơn vị ngữ âm tiếng Việt ở cấp độ trên âm tiết (đơn vị ngôn điệu)

Trong tiếng Việt, có thể nói các đơn vị ngữ âm cấp độ trên âm tiết (hay các đơn vị ngôn điệu) chưa được nghiên cứu nhiều, nhất là từ góc độ lời nói. Còn từ góc độ âm vị học, ngoài các đơn vị đoạn tính người ta thường đề cập đến các đơn vị ngôn điệu, gồm: trọng âm, thanh điệu và ngữ điệu. Các đơn vị ngôn điệu đóng vai trò là phương thức muôn màu muôn vẻ để tổ chức các đơn vị ngữ âm đoạn tính thành những thể thống nhất lớn hơn cũng như để phân biệt các kí hiệu ngôn ngữ.

a. Thanh điệu (tone)

Thanh điệu là dấu hiệu của toàn bộ âm tiết, là đặc trưng độ cao của âm tiết tạo nên các từ khác nhau. Mỗi thanh điệu được xác định bằng các tiêu chí khu biệt về âm vực (cao/thấp), về **âm điệu** (trầm/ bổng), về **đường nét** (bằng phẳng/gãy). Cần phải phân biệt thanh điệu với trọng âm. Thanh điệu là đặc trưng mang tính chất âm điệu của mỗi âm tiết trong từ. Khi biết thanh điệu thuộc một âm tiết nào đó của từ thì nói chung là không xác định được thanh điệu của âm tiết khác. Còn trọng âm lại là đặc trưng của một âm tiết trong từ, khi biết vị trí của trọng âm và số lượng âm tiết thì có thể xác định được đặc trưng ngôn điệu của những âm tiết còn lại trong từ. Các thanh điệu dùng để phân biệt ý nghĩa của từ, còn đối với trọng âm thì việc phân biệt ý nghĩa từ vựng của từ chỉ là thứ yếu.

b. Trọng âm (stress; tonic accent) trong tiếng Việt

· Trọng âm là hiện tượng tách biệt hay làm nổi bật một yếu tố nào đó nằm trong một chuỗi các yếu tố cùng loại của lời nói bằng cách nhấn giọng, kéo giọng, lên/ xuống giọng. Tuỳ thuộc vào các đơn vị ngữ âm đoạn tính đóng vai trò, chức năng gì mà trọng âm được phân chia thành trọng âm từ, trọng âm câu. Trọng âm từ là sự tách biệt một trong các âm tiết trong thành phần của một từ đa tiết bằng các phương tiện ngữ âm nhất định. Trọng âm cú pháp có tác dụng trong phạm vi ngữ đoạn, thường xuất hiện ở cuối ngữ đoạn. Còn trọng âm logic là sự tách biệt một từ nào đó trong câu bằng cách nhấn mạnh từ đó để nhấn mạnh ý nghĩa. Chẳng hạn, trong câu: *Hôm nay nó về nhà*, có thể nhấn mạnh *Hôm nay* (thời gian), có thể nhấn mạnh *nó* (chủ thể), có thể nhấn mạnh *về nhà* (điểm đến)…v.v.

· L. Thompson trong "Âm vị học tiếng Sài Gòn" (1959) và trong "Ngữ pháp tiếng Việt" (1965), cho rằng tiếng Việt có 4 mức trọng âm: 1) **nhấn mạnh** (emphatic); 2) **nặng** (heavy); 3) **trung bình** (medium) và 4) **yếu** (weak). Còn Aurélia Trần trong luận án tiến sĩ về "Trọng âm, thanh điệu và ngữ điệu tiếng miền Nam Việt Nam" (Úc) cũng cho rằng, tiếng Việt có 4 mức của trọng âm: 1) **nhấn mạnh** (emphatic); 2) **mạnh** (strong); 3) **yếu** (weak) và 4) **rất yếu** (extra weak). Nguyễn Đăng Liêm trong "Phát âm tiếng Việt" (1970) chia ra 2 mức trọng âm: 1) **trọng âm mạnh** (emphatic); 2. **trọng âm yếu** (weak). Trong đó, trọng âm mạnh là trọng âm ngữ đoạn với chỗ ngừng gồm danh từ, động từ, tính từ còn giới từ, tiểu từ thì không có trọng âm. Ông cũng cho rằng, trong mỗi ngữ đoạn (pause group) có ít nhất 1 trọng âm. Âm tiết mang trọng âm thường mạnh hơn các âm tiết không mang trọng âm. Gordina (1960), Bystrov (1961) cho rằng trọng âm tiếng Việt được xác định là **mức thể hiện đầy đủ nhất của thanh điệu**. Nghĩa là chỉ có các âm tiết mang trọng âm thì thanh điệu mới được thể hiện đầy đủ nhất, còn các âm tiết không trọng âm thì thanh điệu được thể hiện không đầy đủ.

· Cao Xuân Hạo trong *"Trọng âm và các quan hệ ngữ pháp trong tiếng Việt"* cho rằng:

- Một tiếng (âm tiết) có trọng âm của tiếng Việt dài hơn âm tiết không có trọng âm từ 1,5 đến 4 lần, mạnh hơn từ 2-3 lần và có đường nét thanh điệu trọn vẹn, đầy đủ hơn.

- Mỗi phát ngôn đều có một hay nhiều trọng âm, mỗi trọng âm đánh dấu 1 ngữ đoạn và nó là âm tiết cuối cùng hay duy nhất của mỗi ngữ đoạn. Ở đây, ngữ đoạn được hiểu là đơn vị mang trọng âm và có thể trùng với đơn vị mang chức năng ngữ pháp của câu. Như vậy, khái niệm trọng âm có thể tồn tại cùng với thanh điệu trong các ngôn ngữ âm tiết tính như tiếng Việt. Tuy nhiên, không điển hình và về bản chất không hoàn toàn giống với trọng âm trong các ngôn ngữ phi âm tiết tính.

- Ở những ngôn ngữ mà âm tiết trùng với hình vị và từ đơn như tiếng Việt thì khả năng tồn tại trọng âm cú pháp (gồm: trọng âm phát ngôn hay trọng âm ngữ đoạn, trọng âm logic...) là rõ ràng còn trọng âm từ thì thường xuất hiện và tồn tại ở những ngôn ngữ phi âm tiết tính...

· **Trọng âm trong tổ hợp gồm hai thực từ**

Từ trước tới nay, các nhà nghiên cứu chỉ chú ý đến các tổ hợp song tiết về mặt cấu tạo, về quan hệ ngữ nghĩa và ngữ pháp mà ít chú ý đến quan hệ về ngữ âm của chúng. Gần đây, người ta đã nhận thấy, bên cạnh quan hệ về nghĩa, các tổ hợp song tiết còn mang trọng âm. Cụ thể:

- Trọng âm trong kết cấu chủ-vị gồm 2 âm tiết: một tổ hợp 2 tiếng gồm có 1 CN và 1 VN có mô hình trọng âm [11] nếu CN là danh từ, còn nếu là đại từ nhân xưng có mô hình [01]. Ví dụ:

　　+ Ngựa ăn. Chủ đánh. [11]

　　+ Nó ăn. Tao đánh.　　[01]

　　+ Trời mưa. Gió thổi.[11]

　　+ Người đi. Chó sủa.[11]

　　- Trọng âm trong các tổ hợp đẳng lập: thường có mô hình trọng âm [11]. Ví dụ:

　　+ sách vở, nhà cửa (DT);

　　+ ăn uống, ngủ ngáy, làm ăn (ĐT);

　　+ vui sướng, hăng say, lạnh nhạt (TT) ...v.v.

　　- Trọng âm trong các tổ hợp song tiết chính-phụ, (có mô hình trọng âm [01])

　　+ Từ ghép chính – phụ: SS:

nhà cửa　[11] ss.nhà máy [01]　làm ăn [11]　ss. làm vỡ　[01]

lạnh nhạt [11] ss.lạnh ngắt[01]　xe cộ　[11]　ss. xe máy　[01]

trong sáng[11] ss. trong veo[01]　hoa quả[11]　ss. hoa hồng[01]

　　· ***Trọng âm trong câu tiếng Việt***

Theo Cao Xuân Hạo, mỗi câu tiếng Việt đều mang 1 hay nhiều trọng âm, mỗi trọng âm đều đánh dấu 1 ngữ đoạn (syntagme). Trọng âm được đặt vào âm tiết cuối cùng hay duy nhất của ngữ đoạn và do đó trọng âm có thêm chức năng phân giới các ngữ đoạn. Cụ thể:

　　- Với trường hợp câu chỉ có 1 ngữ đoạn: trọng âm có chức năng phân biệt thực từ và ngữ khí từ, hư từ.Thường, chỉ có thực từ mang trọng âm, còn các ngữ khí từ và hư từ đồng âm với nó không mang trọng âm. Ví dụ:

1. Tôi về nhé　　　　[010]　ss Tôi về nhà　[001]

2. Có đi không ?　　　[010]　ss Đi hay không (đi)? [101]

3. Tôi không đi đâu　　[0010] ss. Tôi không đi đâu (cả) [0001 (0)]

4. Lấy tiền cho bạn (for)[0101] ss. Lấy tiền cho bạn (to give) [0111]

Theo tiêu chí đồng âm, ta có thể nhờ trọng âm để phân biệt chúng: **ở, đi, về, qua, lên, ra, vào, chỉ, với**...

- Với trường hợp câu có hơn một ngữ đoạn: các âm của lời nói được phát ra không phải rời rạc từng tiếng một, cũng không phải liên tục một cách đều đặn mà theo những tốc độ khác nhau, lúc nhanh, lúc chậm, lúc nhẹ, lúc mạnh theo một nhịp điệu (rhythm) nào đó. "Những nhóm từ trong câu được tách ra bởi 1 trọng âm rơi trên âm tiết cuối và bản thân nó có đầy đủ ý nghĩa từ vựng và ngữ pháp gọi là nhóm nhịp điệu hay tiết nhịp". Ví dụ:

1. # Lan // đi mua cá // mí lại khế // về nấu canh #

   [1   0 0 1   0 0 1   0   0   1]

2. # Anh ấy // nói được // tiếng Nga #

   [0   1   0   1   0   1]

c. Ngữ điệu (intonation)

Ngữ điệu là tổng hoà những sự diễn biến âm thanh bao gồm **độ cao, độ mạnh** và độ dài trong một câu nói, có chức năng thể hiện và phân biệt các câu nói. Trọng âm và thanh điệu chỉ có ở một số ngôn ngữ, còn ngữ điệu có ở tất cả các ngôn ngữ. Ngữ điệu bao gồm ba yếu tố: độ cao (âm điệu), độ mạnh (trọng âm) và độ dài (ngắt/ngừng giọng). Yếu tố quan trọng nhất của ngữ điệu là độ cao (âm điệu), tức là sự chuyển động lên/xuống của thanh cơ bản của giọng nói. Cùng với độ dài (chỗ ngừng), độ cao là một phương tiện phân đoạn lời nói.

· Nhịp (điệu) lời nói tiếng Việt(Rhythm)

Trong lời nói ta nghe có những âm tiết nặng nhẹ xen kẽ nhau, hình thành những âm đoạn dài, ngắn tương ứng với các nhóm từ có khối lượng khác nhau, có những cái mốc âm tiếtt mà đến đó phải ngừng, ngắt nhưng cũng có những âm tiết có thể chỉ lướt qua; có khi phải giữ nguyên giai điệu của giọng nói trong suốt ngữ đoạn dài nhưng có khi lại phải thay đổi âm điệu qua từng đoạn câu ngắn... Sự biến đổi phức tạp đó trong ngôn điệu diễn ra hết sức tự nhiên, song không phải là ngẫu nhiên. Tất cả đều được qui định một cách nghiêm ngặt bởi các logic ý nghĩa và ngữ pháp.

Các âm lời nói được phát ra không phải rời rạc từng tiếng một, cũng không phải kế tiếp nhau theo những khoảng cách đều đặn mà theo những tiến độ khác nhau về giá trị ngữ âm- âm học phù hợp với kết cấu ngữ nghĩa và ngữ pháp. Sự phân định này được thực hiện bằng biện pháp trọng âm. Các âm tiết có trọng âm chuyển đổi cho nhau tạo thành những tiến độ dài, ngắn khác nhau của các đoạn phát ngôn, cho ta khái niệm về nhịp điệu.

· **Nhịp (điệu) hay tiết nhịp là gì?**

- **Về ngữ nghĩa:** nhịp hay tiết nhịp là một chuỗi từ biểu thị một ý niệm (ý nghĩa) đơn giản cụ thể.

- **Về ngữ âm:** nhịp hay tiết nhịp là 1 chuỗi âm tiết được phát âm liên tục, không nghỉ và kết thúc bằng 1 trọng âm thường ở âm tiết cuối tương ứng với một nhóm thở (group of breath).

- **Về ngữ pháp:** tiết nhịp là 1 đơn vị ngữ pháp tối thiểu1 từ (đơn tiết hoặc đa tiết) hoặc 1 nhóm từ có quan hệ ngữ pháp xác định.

· **Cấu trúc nhịp điệu – tiết nhịp tiếng Việt**

```
#...... · ||...... · ||...... · ||..... · ||....... · #
```

(#: kí hiệu phát ngôn; [.......]: các âm tiết (từ); [·] âm tiết mang trọng âm – trọng âm nhịp; [||]: ranh giới nhịp (chỗ ngừng, nghỉ - pause)

Ví dụ:

Quân đội ta // trung với đảng // hiếu với dân // nhiệm vụ nào// cũng hoàn thành// khó khăn nào // cũng vượt qua // kẻ thù nào // cũng đánh thắng

Tôi muốn mặc thử // cái áo đầm đỏ// ở cạnh cửa sổ

Chính anh nói // không phải tôi

Ủy ban // các cựu chiến binh ở Bến Tre

Chiếc thuyền cao su// nhẹ lướt trên sóng

Hai anh em // đều tham gia quân đội

Người bác sĩ //đã phát hiện ra đứa bé này bị đau gan

Chị Năm // chờ ấm nước sôi

C.MỘT SỐ PHƯƠNG PHÁP CƠ BẢN TRONG DẠY VÀ HỌC PHÁT ÂM

Có thể có nhiều phương pháp, cách, thủ pháp (hay mẹo) cụ thể để xử lý hệ thống ngữ âm tiếng Việt trong quá trình dạy và học. Người dạy, thường căn cứ vào đặc điểm của đối tượng (như động cơ, thái độ, mục đích học tập) và điều kiện, bối cảnh (môi trường, công cụ và phương tiện học tập) để đưa ra những giải pháp xử lý thích hợp. Tuy nhiên, như đã trình bày ở trên để hoạt động dạy và học nói chung và dạy và học phát âm tiếng Việt nói riêng có kết quả, đạt được những mục tiêu mà người dạy và người học đặt ra, một trong những vấn đề quan trọng đó là dạy và học phát âm tiếng Việt phải được dựa trên cơ sở kiến thức ngữ âm học, nhất là kiến thức về ngữ âm học cấu âm.

Sự phân chia ra các đơn vị ngữ âm tiếng Việt ở cấp độ dưới âm tiết và trên âm tiết thật ra chỉ là một thao tác mang tính kỹ thuật. Sử dụng thao tác này chúng tôi hướng đến hai mục tiêu, một là giúp người học có một hình dung đơn giản bước đầu về toàn bộ hệ thống ngữ âm (hay âm thanh) của tiếng Việt và hai là, tránh phải sử dụng những thuật ngữ quá chuyên môn, gây khó khăn cho người học. Trên thực tế, tương ứng với các đơn vị ngữ âm tiếng Việt ở cấp độ dưới âm tiết là các đơn vị ngữ âm đoạn tính (segmental) và các đơn vị ngữ âm trên âm tiết chính là các đơn vị ngữ âm siêu đoạn tính (suprasegmental). Nói cách khác, đối với hệ thống ngữ âm thì nội dung (đơn vị) âm thanh nào cũng quan trọng, cần phải hoàn thiện và không có đơn vị ngữ âm nào ít quan trọng hơn đơn vị ngữ âm nào. Tuy nhiên, xuất phát từ đặc điểm của hệ thống âm thanh tiếng Việt, một số đơn vị âm thanh có thể cần tập trung, được chú ý và dành nhiều thời gian hơn trong quá trình dạy và học.

Do đó, với các đơn vị ngữ âm tiếng Việt ở cả hai cấp độ (dưới âm tiết và trên âm tiết), những nội dung cần được chú trọng có thể là: a) mối quan hệ âm – chữ; b) sự đối lập giữa các nguyên âm [ngắn/dài]; c) thế phân bố bổ túc của cặp phụ âm cuối [-nh]; [-ch] sau các nguyên âm [dòng trước] và cặp phụ âm cuối [-ng]; [-k] sau các nguyên âm [dòng giữa] và [dòng sau] [-ng^m- k^p] trong các vần [-ông^m -ốk^p] và [-ong^m -ok^p]; d) thành phần âm đệm hay chỉ là nét [+tròn môi]; e) thanh điệu tiếng Việt (chú trọng [âm vực] hay [đường nét]; f) trọng âm tiếng Việt trong các từ song tiết và trong nhịp lời nói tiếng Việt (trọng âm nhịp điệu),…v.v.

Dưới đây chúng tôi xin đưa ra giải pháp xử lý hệ thống các nguyên âm (14) và phụ âm (21) trên cơ sở nét "TRƯỚC (anterior)// SAU" (posterior) tương đối. Còn đối với các đơn vị ngữ âm tiếng Việt cấp độ trên âm tiết, chúng tôi giới thiệu giải pháp xử lý nhịp (điệu) lời nói tiếng Việt.

1. Giải pháp nét "TRƯỚC/SAU" tương đối cho loạt phụ âm và nguyên âm

Từ mô hình cấu trúc âm tiết, báo cáo trình bày một số giải pháp cho dạy và học phát âm tiếng Việt trên cơ sở kiến thức ngữ âm học, đặc biệt là tri thức về ngữ âm học cấu âm. Một trong những giải pháp chủ yếu mà báo cáo tập trung trình bày là giải pháp thực hành cho hệ thống các phụ âm (consonants) và nguyên âm (vowels) tiếng Việt trên cơ sở nét TRƯỚC (anterior)// SAU (posterior) tương đối. Cụ thể, đối với mỗi hệ thống nguyên âm và phụ âm tiếng Việt, báo cáo đưa ra ma trận phân bố về vị trí tương đối của bộ vị cấu âm của các nguyên âm và phụ âm trong từng hệ thống và tương ứng với mỗi vị trí cấu âm là những đặc trưng ngữ âm của từng âm vị nguyên âm và phụ âm. Trên cơ sở xác định nét "TRƯỚC"/ "SAU" tương đối của mỗi âm vị (cả nguyên âm và phụ âm), cho phép người dạy có thể hình thành những giải pháp thực hành cho hệ thống các nguyên âm và phụ âm theo từng loạt âm vị (nhóm âm vị có vị trí cấu âm tương đối gần nhau) mà không còn phải dạy và học từng âm vị riêng lẻ một như đã thực hiện từ trước đến nay.

1.1. Về nét "TRƯỚC/SAU" tương đối của hệ thống các nguyên âm

a. Khi cấu tạo các nguyên âm, **lưỡi** là một cơ quan cấu âm hết sức năng động và linh hoạt. Mỗi lần, nó thay đổi vị trí là một lần tạo ra một nguyên âm khác. Hoạt động của lưỡi có tương quan chặt chẽ với độ mở của miệng. Khi đầu lưỡi *nâng cao* lên phía trên (khi phát âm nguyên âm [i]) thường kéo theo hoặc tương ứng với *độ mở hẹp* của miệng. Khi phần sau của lưỡi *co, hạ thấp* xuống, miệng bao giờ cũng có *độ mở rộng* (nguyên âm [a]). Khi lưỡi ở vị trí *giữa*, miệng có độ mở *trung bình*, không rộng cũng không hẹp (nguyên âm [ə]). Có thể hình dung độ nâng khác nhau của lưỡi khi cấu tạo các nguyên âm ở hình 8-1 dưới đây:

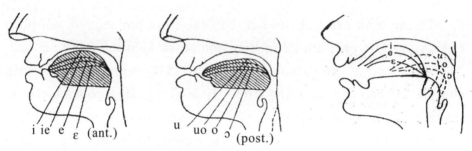

i ie e ε (ant.)   u uo o ɔ (post.)

Hình 8-1 Các độ nâng của lưỡi khi cấu tạo nguyên âm tiếng Việt

b. Trong thực tiễn phát âm, nhất là dưới góc độ thực hành tiếng, do vai trò quan trọng của lưỡi nên nhiều khi một hình dung đơn giản và tiện lợi bao giờ cũng dành cho các tiêu chí về vị trí dịch chuyển ra phía [trước] hoặc lùi về phía [sau] của lưỡi. Rõ ràng, đối với người học, độ nâng [cao]/[thấp] khó hình dung hơn nhiều so với sự dịch chuyển [trước]/[sau] của lưỡi. Hơn nữa, sự phân ra nguyên âm [dòng trước]/[dòng sau]/[dòng giữa], và mỗi dòng gồm từ 4 – 5 nguyên âm, trên thực tế chưa cung cấp hết cho người học những nét khác biệt giữa các nguyên âm trong cùng một dòng. Bởi lẽ nếu xét về vị trí tương đối của các nguyên âm trong cùng một dòng thì không phải [i] có cùng một vị trí cấu âm với [ε]; tương tự [ɯ] với [a]; [u] với [ɔ] dẫu rằng mỗi cặp nguyên âm này đều được xác định là cùng một dòng, …v.v. Dưới đây là bảng phân loại về vị trí dịch chuyển [trước]/[sau] tương đối của lưỡi khi cấu tạo các nguyên âm tiếng Việt (bảng 8-3):

Bảng 8-3. Bảng phân loại nét [trước]/[sau] tương đối của hệ thống nguyên âm tiếng Việt.

A		Dòng trước				Dòng giữa				Dòng sau			
B	1					T				S			
	2		T			S		T			S		
	3	T		S		T		S		T	S	T	S
	4	T	S	T	S	T	S	T	S				
C	Khép (close)	i				ɯ				u			
	Nửa khép (half-close)		ie				ɯɤ				uo		
	Nửa mở (half- open)			e				ə/ɜ				o	
	Mở (open)				ɛ/ɛ̆				a/ă				ɔ/ɔ̆
D	PÂT (Consonantal)	-	-	-	-	-	-	-	-	-	-	-	-
	ÂTT (Syllabic)	+	+	+	+	+	+	+	+	+	+	+	+
	Cao (high)	+	-	-	-	+	-	-	-	+	-	-	-
	Trước (front)	+	+	+	+	-	-	-	-	-	-	-	-
	Sau (back)	-	-	-	-	-	-	-	-	+	+	+	+
	Thấp (low)	-	-	-	-	-	-	+	+	-	-	+	+
	Tròn môi (rounded)	-	-	-	-	-	-	-	-	+	+	+	+
	Căng (tense)	-	-	-	+	-	-	+	+	-	-	-	+
	Lướt (glide)	-	+	-	-	-	+	-	-	-	+	-	-
	Nhấn đầu	-	+	-	-	-	+	-	-	-	+	-	-

c. Trong bảng này, ở cột đầu tiên, các chữ cái hoa (A,B,C,D) được dùng để định danh các nét: A và C theo ngữ âm học truyền thống; D theo ngữ âm học tạo sinh; B là tên gọi theo vị trí dịch chuyển trước sau tương đối của lưỡi: (T) là vị trí [TRƯỚC] tương đối và (S) là vị trí [SAU] tương đối. Hãy đối chiếu các cột ở vùng đánh chữ cái A với vùng đánh chữ cái B: phép lưỡng phân thứ nhất (dòng 1), vị trí chuyển dịch của lưỡi được chia thành 2 vùng: vùng [TRƯỚC] gồm các nguyên âm hàng trước và nguyên âm hàng giữa và vùng [SAU] chỉ gồm các nguyên âm hàng sau. Tiếp tục đến lưỡng phân thứ hai (dòng 2), chúng ta được các vị trí dịch chuyển của lưỡi như ngữ âm học truyền thống thường gọi: nguyên âm [hàng trước - hàng giữa - hàng sau]; nhưng lúc này nguyên âm hàng giữa mang đặc trưng [SAU] tương đối. Hai phép lưỡng phân kế tiếp (dòng 3 và 4) cung cấp cho chúng ta những vị trí dịch chuyển [TRƯỚC] /[SAU] tương đối một cách chi tiết, cụ thể của từng nguyên âm riêng biệt. Và nếu tiếp tục đối chiếu cột B với C, chúng ta thấy phép lưỡng phân cuối cùng (dòng 4) đã cho ta một thực tế hoàn toàn tương ứng giữa các mức dịch chuyển tương đối của lưỡi với độ mở của miệng. Sự tương ứng này xảy ra giữa các dòng nguyên âm: mỗi dòng nguyên âm gồm bốn (4) nguyên âm tương ứng với bốn (4) độ mở khác nhau của miệng.

1.2. Giải pháp thực hành cho các nguyên âm tiếng Việt

Như vậy, nếu theo cách phân loại vị trí [TRƯỚC] /[SAU] tương đối theo dịch chuyển của lưỡi, các nguyên âm tiếng Việt sẽ được nhận diện một cách cụ thể và tính hiện thực hóa của chúng hiện ra một cách rõ ràng hơn. Chẳng hạn, với loạt nguyên âm [dòng trước] tiếng Việt, gồm / i – ie – e – ɛ/, chúng ta thấy: nếu đi từ

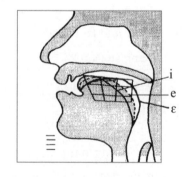

[i→ie→e→ɛ] thì [i] có vị trí dịch chuyển của lưỡi "TRƯỚC" hơn so với [ie]; [ie] "TRƯỚC" hơn so với [e] và [e] "TRƯỚC" hơn so với [ɛ]; ngược lại [ɛ] "SAU" hơn so với [e]; [e] "SAU" hơn so với [ie] và [ie] "SAU" hơn so với [i]..., v.v. Tương tự như vậy với loạt các nguyên âm [dòng giữa] và [dòng sau] tiếng Việt.

- Trước hết, cần xác lập các **nguyên âm nền**, tức những nguyên âm đại diện cho mỗi dòng. Chẳng hạn, đối với nguyên âm dòng trước, chúng ta có [i]; đối với nguyên âm dòng giữa, ta có [ɯ], còn nguyên âm dòng sau là [u]. Để giúp người học có một hình dung rõ ràng, cụ thể, nhất là về mối quan hệ giữa các dòng nguyên âm tiếng Việt, người dạy có thể kết hợp sử dụng miêu tả bằng các hình vẽ, hoặc sơ đồ cần thiết.

- Tiến hành giải thích cho người học về mối quan hệ định chế giữa sự dịch chuyển của lưỡi với độ mở của miệng. Thông thường, đối với các nguyên âm ở mỗi dòng khi độ dịch chuyển của lưỡi lùi dần về phía sau thì tương ứng với chúng là độ mở lớn dần của miệng. Chẳng hạn, đi từ [i] → [ie] → [e] → [ɛ] tương ứng với độ mở [hẹp] → [hơi hẹp] → [hơi rộng] → [rộng] [2]. Một thực tế tương tự như vậy cũng xảy ra với các nguyên âm trong các dòng còn lại.

- Từ các nguyên âm nền, áp dụng nét [trước/sau] tương đối lần lượt hướng dẫn người học thực hành theo từng dòng nguyên âm một. Cụ thể theo hướng [sau] giảm dần, ta có:

i	→	ie	→	e	→	ɛ
ɯ	→	ɯə	→	ə	→	a
u	→	uo	→	o	→	ɔ

Cũng có thể hướng dẫn người học thực hành theo hướng [trước]

---

[2] Các khái niệm [hẹp] và [rộng] ở đây được sử dụng với ý nghĩa "tương đối" nghĩa là chúng chỉ xảy ra và có giá trị đối với độ mở trong nội bộ từng dòng nguyên âm một; không có ý nghĩa với toàn hệ thống.

tăng dần, nghĩa là theo chiều ngược lại. Trong trường hợp này cần lưu ý người học về: **nguyên âm nền** và độ mở của miệng theo chiều từ [rộng] → [hơi rộng] → [hơi hẹp] → [hẹp].

- Tạo lập những bối cảnh ngữ âm đồng nhất, nghĩa là những bối cảnh mà các thành phần trước và sau nguyên âm hoàn toàn tương tự nhau. Ví dụ, đối với cấu trúc âm tiết kiểu [C1VC2], nên thiết lập bối cảnh trong đó [C1] và [C2] hoàn toàn tương tự nhau, chẳng hạn: **"bít – bết – bét"**; **"vứt – vớt – vát"**; **"cu – cô – co"** …v.v. Có như vậy, người học mới đủ điều kiện phân biệt và nhận rõ nét đặc trưng ngữ âm [trước/sau] tương đối của các nguyên âm tiếng Việt trong cùng một dòng và trong cả hệ thống.

Để quá trình thực hành có hiệu quả, ở giai đoạn đầu nên cung cấp cho người học những bối cảnh ngữ âm dễ phát âm, đơn giản, như đi từ kiểu "âm tiết mở" và "nửa mở", rồi tiến dần đến kiểu "âm tiết nửa khép", và cuối cùng đến "âm tiết khép"…v.v.

1.3. Về nét "TRƯỚC/SAU" tương đối của hệ thống các phụ âm

a. Xét về mặt âm vị học, có thể thấy, các tiêu chí về phương thức và bộ vị trong cấu âm, về cơ bản đã biệt hóa được đặc trưng của các phụ âm, tạo điều kiện cần và đủ cho các phụ âm khu biệt lẫn nhau trong hệ thống. Tuy nhiên, nếu nhìn rộng hơn, nhất là dưới góc độ thực hành, hệ thống các phụ âm tiếng Việt tồn tại một **quan hệ định chế về nét**. Chẳng hạn, mối quan hệ giữa các âm [tắc] và [xát] trong tiếng Việt không đơn thuần chỉ là mối quan hệ về phương thức. Theo ngữ âm học thuần túy, các âm [xát] thường có vị trí cấu âm **lùi hơn** (sau hơn) so với các phụ âm [tắc]; các phụ âm [hữu thanh] cũng **sâu hơn** so với các phụ âm [vô thanh], …v.v. Tính tương đối về vị trí này, trong thực tế là một hiện tượng điển hình, một nét đặc thù của các phụ âm tiếng Việt. Các đặc trưng [trước] và [sau] tương đối của các phụ âm tiếng Việt, nhìn từ âm vị học là nét "rườm" nhưng nhìn từ khả năng hiện thực hóa âm vị thì lại vô cùng quan trọng.

b. Dưới đây, chúng tôi sẽ đưa ra bảng "phân loại vị trí tương đối về bộ vị cấu âm của phụ âm tiếng Việt" (bảng 8-4). Việc định vị [trước hơn] hay [sau hơn] có tác dụng cho từng khu vực bộ vị chính và nhiều khi nó lại trùng hợp với các đặc trưng về phương thức. Trong bảng này, ở cột đầu tiên, các chữ cái in hoa (A,B,C,D) được dùng để định danh các nét: A và C theo ngữ âm học truyền thống; D theo ngữ âm học tạo sinh; B là tên gọi theo cách phân loại vị trí tương đối về bộ vị (vị trí cấu âm) của các phụ âm. Trong đó [T] là vị trí [trước] tương đối của các bộ vị; [S] là vị trí [sau] tương đối của bộ vị.

Bảng 8-4. Phân loại vị trí tương đối của các phụ âm tiếng Việt.

A		MÔI	RĂNG-LỢI	NGẠC CÚNG	NGẠC NÉM	HỌNG
B	1	T	T	T	T	S
	2	T	T	S	S	T S
	3	T	S	T	S	
	4	T S	T S	T S	T S	
	5	T S T	T S	T S T S	T S	
	6		T S T S			
C	BẬT HƠI		t'			
	TÁT ƠI	p b	t d	c	k	ʔ
	XÁT	f v	s z		x ɣ	h
	QUẶT LƯỠI			ṭ ṣ ʐ		
	TÁC MŨI	m	n	ɲ	ŋ	
	BÊN		l			

A		MÔI				RĂNG-LƠI					NGẠC CÚNG				NGẠC NÉM			HỌNG	
	Cao	-	-	-	-	-	-	-	-	-	+	+	+	+	+	+	+	-	-
	Sau	-	-	-	-	-	-	-	-	-	-	-	-	-	+	+	+	-	-
	Thấp	-	-	-	-	-	-	-	-	-	-	-	-	-	-	-	-	+	+
	Trước	+	+	+	+	+	+	+	+	+	-	-	-	-	-	-	-	-	-
	Vành	-	-	-	-	+	+	+	+	+	-	+	+	+	-	-	-	-	-
D	Tr Môi	+	+	+	+	-	-	-	-	-	-	-	-	-	-	-	-	-	-
	Hthanh	-	+	-	+	-	-	+	-	+	-	+	-	+	-	-	+	-	-
	Bhơi	-	-	-	-	+	-	-	-	-	-	-	-	-	-	-	-	-	-
	Liên tục	-	-	+	+	-	-	-	+	+	-	+	+	-	+	+	-	-	+
	Mũi	-	+	-	-	-	-	+	-	+	-	-	-	+	-	-	-	-	-
	Thế	-	-	+	+	-	-	-	+	+	-	-	+	+	-	+	+	-	+

c. Cụ thể, hãy xét nhóm "**phụ âm môi**". Trong tiếng Việt, nhóm phụ âm này gồm năm phụ âm: [**b, m, p, f, v**]. Trong hệ thống, các phụ âm này đối lập nhau theo hai tiêu chí chủ yếu, là phương thức và bộ vị cấu âm. Về phương thức, [**f, v**] có phương thức cấu âm [xát], còn [**b, m, p**] theo phương thức [tắc]. Về bộ vị, [**f, v**] có vị trí cấu âm [môi - răng] trong khi [**b, m, p**] là [môi - môi]. Đến lượt trong các phụ âm [môi - môi], chúng lại đối lập nhau bởi tiêu chí [tắc - miệng] và [tắc - mũi]. Như vậy, cách phân loại theo ngữ âm học truyền thống trên cơ sở phương thức và bộ vị cấu âm, đối với loạt "phụ âm môi" vẫn để lại những khoảng trống, những thực trạng chưa rõ ràng giữa [**p, b**] và [**f, v**]. Chúng đều là những cặp phụ âm hoàn toàn tương tự nhau cả về phương thức lẫn vị trí cấu âm.

Nếu đối chiếu vị trí cấu âm của [p, b] được biểu diễn trong bảng phân loại vị trí tương đối về bộ vị cấu âm của phụ âm tiếng Việt, chúng ta dễ dàng nhận ra [p] có vị trí cấu âm "trước hơn" [b] một chút và ngược lại [b] có vị trí cấu âm "sau hơn" một chút so với [p]. Tương tự, với cặp phụ âm [**f, v**] cũng vậy, [**v**] có vị trí cấu âm "sau hơn" một chút so với [**f**]; còn [**f**] lại có vị trí cấu âm "trước hơn" một chút so với [**v**]. Như vậy, nếu đặt bên cạnh tiêu chí về thanh tính ([hữu thanh// vô thanh) để khu biệt [**p**] và [**b**] với nhau; [**f**] và [**v**] với nhau, thì nét đặc trưng [trước hơn]//[sau hơn] rõ ràng tiện lợi và thực tế hơn nhiều. (hình 8-2)

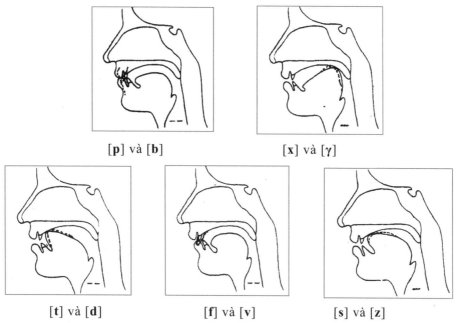

[**p**] và [**b**]   [**x**] và [**ɣ**]

[**t**] và [**d**]   [**f**] và [**v**]   [**s**] và [**z**]

Hình 8-2. Hình ảnh minh họa nét "trước/sau" của một số cặp phụ âm

1.4. *Giải pháp thực hành cho các phụ âm tiếng Việt*

- Trước hết cần định vị về vị trí cấu âm của hệ thống các phụ âm tiếng Việt bằng cách phân chia các phụ âm theo nhóm trên cơ sở vị trí cấu âm. Theo đó, nếu nhìn từ ngoài vào trong bộ máy cấu âm, các phụ âm tiếng Việt có thể được chia thành 5 nhóm dưới đây:

- Nhóm phụ âm môi, gồm: [**p, b, m, f, v**]

- Nhóm phụ âm răng - lợi, gồm: [**t, t', s, z, n, l, d, ʈ, ʂ, ʐ**]

- Nhóm phụ âm ngạc cứng, gồm: [**c, ɲ**]

- Nhóm phụ âm ngạc mềm, gồm: [**ŋ, k, ɣ, X**]

- Nhóm phụ âm họng, gồm: [**ʔ, h**]

Có thể sử dụng hình ảnh minh hoạ:

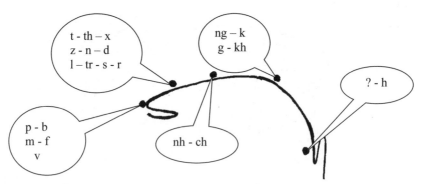

Hình 8-3. Sơ đồ minh hoạ các nhóm phụ âm tiếng Việt

Như vậy, nhìn từ ngoài vào trong bộ máy cấu âm, chúng ta dễ nhận ra, nhóm phụ âm *môi* mang nét [trước] tương đối so với nhóm *răng - lợi*; đến lượt mình, nhóm *răng - lợi* lại mang nét [trước] tương đối so với nhóm *ngạc cứng*; rồi nhóm *ngạc cứng* lại mang nét [trước] tương đối so với nhóm *ngạc mềm*; và ngạc mềm mang nét [trước] tương đối so với nhóm phụ âm *họng*. Ngược lại, theo chiều từ trong ra ngoài bộ máy cấu âm, ta sẽ có nét [sau] tương đối nếu tính lần lượt từ nhóm phụ âm *họng* ra tới nhóm các phụ âm *môi*.

- Trên cơ sở vị trí "trước"/ "sau" tương đối của toàn bộ hệ thống các phụ âm tiếng Việt, bước tiếp theo, chúng ta giúp người học định vị từng cặp phụ âm trong mỗi nhóm trên cơ sở nét "trước"/"sau" tương đối. Cụ thể:

+Với nhóm phụ âm *môi*, ta có các cặp: [p/b]; [p/m]; [f/v]

+ Với nhóm phụ âm *răng - lợi*, ta có các cặp: [t'/t]; [t/d]; [s/z]; [n/d]; [ʂ/ʐ]

+ Với nhóm phụ âm *ngạc cứng*, ta có cặp: [c/ɲ]

+ Với nhóm phụ âm *ngạc mềm*, ta có các cặp: [**k**/ŋ]; [**X**/ɣ]

+ Với nhóm phụ âm *họng*, ta có cặp: [ʔ/h]

- Tiếp tục xác lập loạt (trong nội bộ mỗi nhóm) tiến tới toàn bộ hệ thống phụ âm trên cơ sở nét "trước"/"sau" tương đối tính từ ngoài vào trong bộ vị cấu âm cùng những bối cảnh (từ rời) ngữ âm điển hình. Cụ thể:

- Loạt 1: [p] -> [b] -> [m] -> [f] -> [v]
- Loạt 2: [t'] -> [t] -> [s] -> [z] -> [n] -> [d]
- Loạt 3: [c] -> [ɲ] -> [ʈ] -> [ʂ] -> [ʐ]
- Loạt 4: [k]-> [ŋ] -> [X]-> [ɣ] -> [h]

Ở mỗi khâu trên đây đều cần được định lượng và hình thức hoá bằng các loạt bài trắc nghiệm. Một hệ thống các bài trắc nghiệm soạn theo hướng này luôn đi kèm với một loạt các bài luyện tập phát âm tạo nên hệ thống sách giáo khoa cho người học. Các bài luyện tập dành cho người học nên được biên soạn theo hướng tìm đối lập và thông qua nghe. Những cặp đối lập nên chọn những từ có thật, không nên soạn theo những khả năng suy luận lôgic từ cấu trúc lí thuyết, vì như vậy sẽ không gây hứng thú và không thiết thực đối với sinh viên. Tốt nhất, chọn những từ thông dụng, có tần suất sử dụng cao trong cuộc sống thường nhật. Tuyệt đối tránh đưa vào tài liệu, sách giáo khoa luyện âm những từ người Việt ít dùng.

2. Giải pháp xử lý nhịp lời nói tiếng Việt

2.1. Nhịp lời nói là gì?

Trong các câu nói, các âm tiết không phải phát ra đều đều, rời rạc mà có khoan có nhặt, có nhấn có lướt, có trầm có bổng; lại có những đoạn tốc độ thể hiện lời nói nhanh, có những đoạn bình thường. Hay nói cách khác, mỗi câu nói phát ra đều phải được thể hiện bằng một ngữ điệu (hay nhịp điệu) lời nói tương ứng. Ngữ điệu hay nhịp lời nói, chính là yếu tố tạo nên "linh hồn" hay bản sắc của ngôn ngữ đó.

Một câu nói hoàn chỉnh bao giờ cũng có sự ngắt giọng ở cuối câu và trong nội bộ câu cũng thường ngắt giọng ở những chỗ nhất định. Tuỳ theo tốc độ của lời nói nhanh hay chậm, những chỗ ngắt có thể dồn lại ít hơn hay chia ra nhiều hơn.Ví dụ:

Tiếng nói/ là thứ của cải/ vô cùng lâu đời/ và vô cùng quý báu/ của dân tộc (Hồ Chí Minh).

Tác dụng của ngắt giọng, xét về mặt sinh lí, ngắt giọng là để lấy hơi mà nói tiếp. Nhưng sự ngắt giọng chính là thể hiện yếu tố độ dài của ngữ điệu, có tác dụng biểu đạt mối quan hệ giữa các thành phần trong câu nói. Do đó, sự ngắt giọng không thể tuỳ tiện, nếu không, nó sẽ làm cản trở việc hiểu đúng ý nghĩa của câu nói, dẫn tới câu nói trở thành câu mơ hồ. Nói cách khác, ngắt giọng là để phân biệt ý nghĩa của các câu nói. Chẳng hạn:

Cậu học sinh/ mới đến tìm thầy giáo. Cậu học sinh mới/ đến tìm thầy giáo.

Tôi có người bạn/ học ở Huế. Tôi có người bạn học/ ở Huế.

Khi uống bia// không được pha đường/ Khi uống bia không// được pha đường/ Khi uống bia không được// pha đường.

Những chỗ ngắt giọng ở cuối câu bao giờ cũng được đánh dấu

bằng dấu câu, còn sự ngắt giọng trong nội bộ câu thì có thể được đánh dấu bằng dấu câu nhưng cũng có thể không.

2.2. Xử lý ngữ điệu (nhịp lời nói) trên cơ sở "ngắt, nghỉ" theo cụm từ

a. Hãy xét ví dụ sau:

Ví dụ 1: "Trong vườn, lắc lư những chùm quả xoan vàng lịm không trông thấy cuống, như những chuỗi tràng hạt bồ đề treo lơ lửng".

b. Nhận xét:

- Khi đọc, thông thường học sinh chỉ biết ngắt hơi khi gặp dấu phẩy, dấu chấm phẩy và nghỉ hơi khi gặp dấu chấm.

- Nhưng khi gặp những câu văn dài không có dấu câu, học sinh thường rất lúng túng, không biết ngắt nghỉ hơi như thế nào?

- Thông thường khi đọc câu trên, học sinh ngắt hơi 2 chỗ (nhờ các dấu phẩy)

- Học sinh rất lúng túng không biết nghỉ, ngắt hơi ở ngữ đoạn 2 và 3

- Sự ngắt, nghỉ các thành phần câu không đúng chỗ làm cho câu mơ hồ, khó hiểu

2.3. Giải pháp: "tôi đã hướng dẫn học sinh ngắt nghỉ theo cụm từ"

- Trước hết, cho học sinh xác định số lượng âm tiết (24), từ ngữ (19)

- Hướng dẫn học sinh xác định các cụm từ (6)

- Nhắc các em khi tập đọc không đọc rời rạc từng âm tiết như kiểu đọc nhát gừng mà phải đọc theo từng cụm từ thì mới đảm bảo giọng đọc người Việt

- Cách hướng dẫn học sinh đọc theo cụm từ như sau:

+ Viết câu văn đó ra bảng phụ (đã chuẩn bị từ trước)

+ Xác định các cụm từ có trong câu:

Trong vườn, (1)

ắc lư, (2)

những chùm quả xoan vàng lịm, (3)

không trông thấy cuống, (4)

như những chuỗi tràng hạt bồ đề, (5)

treo lơ lửng (6)

+ Hướng dẫn học sinh tập đọc theo từng cụm từ một: cụm chủ ngữ, cụm vị ngữ hoặc cụm động từ, cụm tính từ, cụm danh từ. . .v.v. đến mức có thể tạm chấp nhận được.

+ Viết ra bảng toàn bộ câu cùng dấu hiệu phân ranh giới 6 cụm từ

 # Trong vườn// lắc lư// những chùm quả xoan vàng lịm// không trông thấy cuống,// như những chuỗi tràng hạt bồ đề// treo lơ lửng #

+ Căn cứ vào đó học sinh có thể tập đọc cả câu và biết cách ngắt nghỉ ở chỗ nào

- Với những câu văn khó, dài nhất là những câu trong các ngôn bản (bao gồm cả nói và viết) tiếng Việt theo phong cách chính luận hay khoa học thì người dạy cần phải có chiến lược rõ ràng, cụ thể trong việc truyền dạy và luyện tập cho người học. Giáo viên có thể đọc mẫu theo cách nghỉ như trên sao cho thật chuẩn. Sau đó cho học sinh phát hiện những chỗ ngắt nghỉ của cô, nếu đúng giáo viên sẽ dùng phấn màu gạch chéo sau những từ cần ngắt. Nếu học sinh chưa phát hiện ra giáo viên có thể đọc mẫu lần thứ 2, lần 3, ...v.v. Ví dụ:

Ví dụ 2. "Trong khi ở các cấp độ khác nhờ những so sánh ngôn ngữ quen dùng với ngôn ngữ đang học người ta có thể dễ dàng rút ra được một hình dung khá có quy tắc kiểu một – đối – một để tạo nên một cơ chế sản sinh song ngữ về các từ và phát ngôn, thì ở cấp độ ngữ âm, vấn đề một cơ chế song ngữ ngữ âm kiểu đó lại hoàn toàn không có giá trị gì".

Ví dụ 3. "Một điểm đáng chú ý nữa là trong khi phương ngữ học chú ý tới việc điều tra các phương ngữ tại các vùng hẻo lánh với việc coi trọng những cộng tác viên cao tuổi để vẽ đường đồng tuyến và hi vọng có thể phát hiện ra quá trình biến đổi ngữ âm, góp phần vào nghiên cứu ngôn ngữ học lịch sử thì ngôn ngữ học xã hội lại chú trọng vào các phương ngữ thành thị hoặc thị trấn, vì tại đây xã hội đa dạng, tầng lớp người đa dạng và luôn có những biến động cho nên phương ngữ xã hội cũng theo đó mà đa dạng và biến động" (*Ngôn ngữ học xã hội* – Nguyễn Văn Khang, tr.212, Nxb GDVN, 2012)

TÀI LIỆU THAM KHẢO

Đoàn Thiện Thuật (2004), *Ngữ âm tiếng Việt*, Nxb Đại học quốc gia Hà Nội

Hoàng Cao Cương (1986), *Thanh điệu Việt qua giọng địa phương trên cứ liệu Fo*, TCNN, số 4.

Hoàng Thị Châu (1989; 2004), *Tiếng Việt trên các miền đất nước (Phương ngữhọc),* Nxb KHXH, Hà Nội & Nxb ĐHQGHN

Nguyễn Quan Hồng (1976), *Âm tiết tiếng Việt, chức năng và cấu trúc của nó.* TCNN, Hà Nội, số 3.

Nguyễn Văn Khang (2012), *Ngôn ngữ học xã hội,* Nxb Giáo dục Việt Nam, Hà Nội.

Nguyễn Văn Phúc (2000), *Trọng âm và việc dạy trọng âm tiếng Việt cho người nước ngoài.* Ngữ học Trẻ.

Nguyễn Văn Phúc (2006), *Giải pháp thực hành cho phụ âm tiếng Việt trên cơ sở nét "trước/sau" tương đối.* HTKH 100 năm NCKH ĐHKHXHNV, ĐHQGHN

Nguyễn Văn Phúc (2006), *Ngữ âm tiếng Việt thực hành*, Nxb ĐHQGHN

Nguyễn Văn Phúc (2008), *Practical solution to Vietnamese vowels on relative feature "ANTERIOR/POSTERIOR"* (Korean ssociation of Vietnamese Studies)

Nguyễn Văn Phúc (2013), *Giải pháp thực hành cho thanh điệu tiếng Việt trên cơ sở ngữ âm*. Tạp chí NN & ĐS

Nhiều tác giả (1986), *Ngôn ngữ học: khuynh hướng-lĩnh vực-khái niệm*, tập II, Hà Nội.

Thompson, Laurence C. (1991), *A Vietnamese reference grammar*. Seattle: University of Washington Press. Honolulu: University of Hawaii Press. (Original work published 1965) (Online version: www.sealang.net/archives/mks/THOMPSONLaurenceC.htm.)

Thompson, Laurence E. (1959), *Saigon phonemics. Language, 35* (3), 454-476.

Viện Ngôn ngữ học (1991), *Giữ gìn sự trong sáng của tiếng Việt về mặt từ ngữ* (tập I & II), Nxb KHXH, Hà Nội.

Vương Hữu Lễ, Hoàng Dũng (1994), *Ngữ âm tiếng Việt*, Nxb ĐHSP Hà Nội

Zinder (1962), *Ngữ âm học đại cương*, Nxb Giáo dục

第九章

GIẢNG DẠY VÀ KIỂM TRA ĐÁNH GIÁ MÔN VĂN HỌC VIỆT NAM DÀNH CHO SINH VIÊN NƯỚC NGOÀI

TS. Nguyễn Thị Thanh Xuân[1]

---

[1] Trưởng Khoa Việt Nam học, Trường Đại học Hà Nội.

Với người nước ngoài học cử nhân ngành Tiếng Việt và văn hóa Việt Nam, môn Văn học Việt Nam là một phần trong chương trình giảng dạy. Đã có rất nhiều công trình nghiên cứu, tìm hiểu việc giảng dạy tiếng Việt nói chung, nhưng tìm hiểu việc giảng dạy các môn học thuộc khối kiến thức văn hóa, xã hội cho sinh viên nước ngoài còn quá ít. Vì thế, tham luận mong góp một phần nhỏ trong tìm hiểu việc giảng dạy môn Văn học Việt Nam thuộc khối kiến thức văn hóa, xã hội.

Trước thực tế của giáo dục Việt Nam, với đối tượng là người nước ngoài, môn học này cũng cần thiết có những hướng tiếp cận mới trong việc giảng dạy. Bởi lẽ, ngoài chức năng là một môn học nhằm giảng dạy tiếng Việt thì quan trọng hơn đây là môn học giới thiệu về nền văn học Việt Nam- môn học mà qua quá trình phát triển của nó, gắn liền với lịch sử đất nước Việt Nam qua từng thời kỳ; gắn với văn hóa Việt và con người Việt.

Với bản tham luận này, tôi mong đóng góp kinh nghiệm cá nhân trong việc biên soạn giáo trình, cách thức giảng dạy và hình thức đánh giá môn học để góp phần nâng cao chất lượng dạy, học môn Văn học Việt Nam cho sinh viên nước ngoài.

1. Biên soạn giáo trình

Giáo trình có ý nghĩa quan trọng trong việc dạy và học. Giáo trình đảm nhiệm nhiều vai trò từ định hướng quá trình dạy, học đến cung cấp nội dung cho người học, gợi mở việc tự học thậm chí còn rèn luyện kỹ năng cho giảng viên. Một giáo trình hữu ích phải được xây dựng trên cơ sở xác định đối tượng, mục tiêu, yêu cầu giảng dạy cùng với nội dung phù hợp, khoa học, cập nhật, thiết thực.

Đối tượng, mục tiêu

Giáo trình môn Văn học Việt Nam giảng dạy cho đối tượng sinh viên nước ngoài có nhiều khác biệt so với dùng cho sinh viên Việt Nam. Đối tượng này sử dụng tiếng Việt là một ngoại ngữ, có nền văn hóa, xã hội khác Việt Nam. Trong quá trình học Văn học Việt Nam, một mặt sinh viên vẫn tiếp tục hoàn thiện kỹ năng sử dụng tiếng Việt, mặt khác được tiếp thu kiến thức về Văn học sử Việt Nam và tiếp cận với một số tác gia, tác phẩm văn học nổi tiếng của văn học Việt Nam theo từng thời kỳ phát triển. Giáo trình hướng đến sinh viên nước ngoài đạt trình độ tiếng Việt từ trung cấp trở lên (cụ thể từ trình độ B2 trở lên[2]). Trình độ trung cấp tiếng Việt trở lên sẽ thuận lợi cho quá trình tiếp thu cũng như tương tác với giảng viên và phù hợp với môn học đặc thù cần sử dụng tiếng chuyên ngành, chuyên sâu.

Mục tiêu của giáo trình dạy Văn học Việt Nam nhằm cung cấp tri thức giúp sinh viên nước ngoài hiểu biết hơn về xã hội, văn hóa, con người Việt Nam qua từng tác gia, tác phẩm nổi tiếng gắn với từng giai đoạn phát triển của lịch sử văn học Việt Nam; đồng thời đem đến kỹ năng sử dụng tiếng Việt chuyên ngành, chuyên sâu cho sinh viên. Như vậy, môn Văn học Việt Nam dành cho sinh viên nước ngoài đảm nhiệm chức năng kép là giảng dạy kiến thức chuyên ngành thuộc khối kiến thức chung về văn hóa, xã hội đồng thời là môn thực hành thuộc chương trình tiếng Việt chuyên ngành, chuyên sâu. Trong đó, cần nhấn mạnh yếu tố cung cấp kiến thức hơn yếu tố dạy tiếng Việt vì thực tế khi cung cấp kiến thức văn học cũng đã bao gồm việc dạy tiếng Việt trên ngữ liệu văn học. Việc nhấn mạnh nội dung thông tin, kiến thức

---

2   Tham khảo từ tài liệu của Bộ giáo dục và đào tạo Việt Nam về chuẩn đánh giá năng lực tiếng Việt cho người nước ngoài.

sẽ phù hợp hơn với môn học này.

Yêu cầu

Đối với nội dung, cần đảm bảo cả việc truyền đạt kiến thức và dạy tiếng. Giáo trình phải được biên soạn khoa học, vừa đảm bảo cung cấp kiến thức văn học lại vừa đảm bảo nâng cao khả năng tiếng Việt cho sinh viên nước ngoài. Giáo trình cần hướng đến những vấn đề cơ bản, quan trọng nhất của nền Văn học Việt Nam nhưng đảm bảo tính toàn diện và được trình bày ngắn gọn, cô đọng, súc tích. Một yêu cầu cần được nhấn mạnh với người soạn giáo trình là: Lượng kiến thức không nhiều nhưng đòi hỏi chính xác và chắc chắn, rèn luyện sinh viên tư duy để có thể giải thích một văn bản, bình luận một tài liệu và nêu ý kiến về một vấn đề cụ thể được đặt ra đối với tác giả hay tác phẩm văn học.

Giáo trình hướng đến cung cấp nhiều từ vựng chuyên ngành, rèn luyện các kỹ năng sản sinh, tiếp thu. Việc biên soạn công phu phần nội dung thực hành tiếng Việt, vì thế, cũng có ý nghĩa quan trọng.

Kết cấu giáo trình và nội dung giáo trình cần được trình bày dễ hiểu, bắt mắt nhằm tạo ấn tượng cho người học. Kết cấu giáo trình gồm hai phần: phần nội dung bài giảng và bài tập. Nội dung bài giảng cung cấp kiến thức, phần bài tập cung cấp nội dung thực hành tiếng.

Ngôn ngữ trình bày trong giáo trình phải trong sáng, dễ hiểu đảm bảo tính chuẩn mực, quy phạm. Đối với phần kiến thức cần trình bày khách quan, tránh sa đà vào việc trình bày quá nhiều về đời tư tác giả hay bình luận quá sâu về tác phẩm… . Phần bài tập cần đưa nhiều dạng bài tập để kiểm tra khả năng đọc hiểu, nói, viết của sinh viên.

Nội dung, thời lượng

Kết cấu kiến thức của giáo trình cần được nghiên cứu kỹ nhằm đáp ứng đầy đủ các vấn đề chuyên môn và phù hợp với đối tượng sinh viên nước ngoài.

Đối với phần nội dung bài học, khi biên soạn cần tham khảo từ nhiều nguồn tài liệu trong đó có các cuốn giáo trình khoa học, phổ biến, chính thống và cập nhật nhất hiện nay. Nội dung của giáo trình phải bao quát toàn bộ các giai đoạn phát triển của nền văn học Việt Nam từ nền văn học dân gian đến văn học viết; từ văn học cổ đến văn học đương đại.

Đối với phần về văn học dân gian Việt Nam, giáo trình chỉ nên đi sâu vào một số thể loại trọng tâm như thành ngữ, tục ngữ, ca dao, dân ca, truyện cổ tích, truyện cười – những thể loại dễ truyền thụ được cả kiến thức văn học lẫn kiến thức ngôn ngữ và dễ "thấm" đối với sinh viên nước ngoài chứ không nên đi sâu vào nghiên cứu các thể loại khó như hò, vè, câu đố,...

Khi biên soạn giáo trình Văn học Việt Nam để giảng dạy cho sinh viên nước ngoài cũng phải đảm bảo tính tổng thể, trong đó trình bày lịch sử văn học Việt Nam theo lịch đại để sinh viên có thể nắm bắt được một cách dễ dàng hơn và cũng khiến cho sinh viên dễ liên tưởng đến từng thời kỳ lịch sử gắn với mỗi giai đoạn văn học đó mà môn Lịch sử Việt Nam được giảng dạy song hành với môn học này đã cung cấp.

Khi thiết kế giáo trình giảng dạy Văn học Việt Nam cho sinh viên nước ngoài chúng ta cũng cần chú ý đến việc cung cấp những bộ phim đã được chuyển thể từ tác phẩm văn học như một hình thức minh họa để làm phong phú cho nội dung bài học và đồng thời cũng luyện cho sinh viên kỹ năng nghe khi được xem trích đoạn những bộ phim này. Cuối mỗi bài học chúng ta cũng có thể giới thiệu một số tài liệu nghiên cứu, website,... có liên quan đến nội dung bài học để mở rộng thêm kiến thức cho sinh viên.

Và như tôi đã đề cập ở trên, do giáo trình giảng dạy văn học Việt Nam còn là giáo trình tiếng Việt chuyên ngành, chuyên sâu do đó cần tích hợp những nội dung của môn dạy tiếng để nâng cao năng lực thực hành tiếng Việt cho sinh viên khi học môn học này. Theo đó, ở mỗi bài học cần có bảng từ để giới thiệu những thuật ngữ chuyên ngành. Cuối bài học cần biên soạn câu hỏi và bài tập với nhiều dạng thức khác nhau để sinh viên củng cố cả kiến thức ngôn ngữ lẫn kiến thức văn học.

Dung lượng mỗi bài học gồm phần nội dung kiến thức và bài tập thực hành có thể từ 8 đến 10 trang, trong đó phần nội dung được trình bày cô đọng, súc tích khoảng 4 hoặc 5 trang, còn lại là phần bài tập.

Cuối giáo trình cần biên soạn phần tài liệu tham khảo để giúp cho những sinh viên có mong muốn tìm hiểu sâu hơn về nền văn học Việt Nam có thể tiếp cận dễ dàng với những cuốn tài liệu được liệt kê ở mục này. Ngoài ra, giáo trình cũng nên dành một phần để hệ thống và giải thích toàn bộ các từ vựng chuyên ngành như một tiểu từ điển thuật ngữ. Phần cuối cùng của giáo trình nên xây dựng index để tiện dụng cho sinh viên tra cứu kiến thức.

Thực tế, môn văn học Việt Nam gồm có hai phần là phần Lịch sử văn học Việt Nam và phần Trích giảng văn học Việt Nam. Tuy nhiên, khi biên soạn giáo trình, để tránh cho sinh viên việc bị nhàm chán với những kiến thức văn học sử thì chúng ta hoàn toàn có thể biên soạn kết hợp cả hai phần này; nghĩa là chúng ta có thể biên soạn giáo trình gắn cụ thể từng giai đoạn văn học với việc giới thiệu các tác gia, tác phẩm nổi tiếng của thời kỳ đó. Như thế, sinh viên sẽ cảm thấy hứng thú hơn khi học bởi họ được tiếp cận với những tác giả, tác phẩm và trích đoạn tác phẩm cụ thể theo từng giai đoạn phát triển của văn học chứ không bị "ngợp" bởi những khuynh hướng sáng tác hay nội dung chủ đạo của cả một thời kỳ văn học theo hướng giảng dạy văn học sử.

Và như tôi đã đề cập ở phần đầu tham luận, môn văn học Việt Nam nên được dạy cho sinh viên nước ngoài khi trình độ tiếng Việt của sinh viên đã đạt đến trình độ B2 theo Khung năng lực tiếng Việt của Việt Nam để sinh viên có thể nghe được bài giảng dài, đủ vốn từ để giao tiếp, thảo luận, đọc được văn bản dài và viết những bài luận có cấu trúc chặt chẽ. Thời lượng phù hợp cho môn học này với tư cách là một môn học thuộc nhóm ngành khoa học xã hội dành cho sinh viên nước ngoài ở bậc Đại học có thể là 4 đến 6 tín chỉ. Nếu so sánh với thời lượng học môn văn học của học sinh, sinh viên Việt Nam thì con số trên cũng khá hợp lý. Học sinh Trung học cơ sở của Việt Nam trong 4 năm được học 210 tiết, trong đó có gần 1/3 thời lượng dành cho Trích giảng văn học[3]. Trong 3 năm ở cấp Trung học phổ thông, học sinh cũng chỉ được học 140 tiết và cũng gần 1/3 thời lượng dành cho nội dung Trích giảng văn học[4]. Đối với sinh viên Việt Nam bậc đại học, môn Văn học Việt Nam chỉ được dạy trong các khoa chuyên ngành nghiên cứu, giảng dạy; chương trình đào tạo cử nhân ngành Văn học Việt Nam và có thời lượng là 12 tín chỉ[5]. Như vậy, thời lượng 4 đến 6 tín chỉ là phù hợp với đối tượng sinh viên nước ngoài học môn Văn học Việt Nam.

---

[3] Bộ Giáo dục và Đào tạo, *Chương trình giáo dục phổ thông cấp Trung học cơ sở*, NXB Giáo dục Việt Nam, Hà Nội, 2009, tr. 308-360.

[4] Bộ Giáo dục và Đào tạo, *Chương trình giáo dục phổ thông cấp Trung học phổ thông*, NXB Giáo dục Việt Nam, Hà Nội, 2009, tr. 575-671.

[5] Đại học KHXH&NV (ĐHQG Hà Nội), Khoa Văn học, *Khung chương trình đào tạo cử nhân hệ chính quy ngành Văn học Việt Nam*.

2. Cách thức giảng dạy

Đối tượng, mục tiêu, yêu cầu

Phương pháp dạy học được hình thành trên nền tảng xác định đối tượng, mục tiêu, yêu cầu trong giảng dạy.

Đối tượng của môn học này như đã trình bày là sinh viên nước ngoài có trình độ tiếng Việt từ trung cấp trở lên. Tuy nhiên, trong quá trình giảng dạy tùy tình hình thực tế trình độ tiếng của sinh viên mà người dạy có những điều chỉnh linh hoạt. Với đối tượng này, không thể áp dụng tốc độ giảng như với sinh viên Việt Nam, hơn nữa mỗi vấn đề cũng cần phải giảng lại nhiều lần. Giảng viên cần áp dụng nhiều hình thức giảng dạy để đạt được mục tiêu đề ra.

Mục tiêu của giảng dạy môn Văn học Việt Nam dành cho sinh viên nước ngoài nhằm cung cấp kiến thức và kết hợp dạy tiếng. Mặc dù giáo trình môn học này đã xác định mục tiêu giảng dạy, tuy nhiên tùy tình hình cụ thể người dạy có thể lựa chọn nhấn mạnh những nội dung kiến thức phù hợp với trình độ tiếng Việt của sinh viên. Trong giáo trình cần phân tách rõ giữa nội dung truyền đạt là phần kiến thức với việc dạy tiếng ở phần bài tập nhưng đây chỉ là kết cấu tương đối. Người dạy phải kết hợp truyền đạt kiến thức song song với việc dạy tiếng vì khi giảng bài, thảo luận cũng đã rèn luyện nhiều kỹ năng cho sinh viên, trong đó lưu ý nhấn mạnh đến việc truyền đạt kiến thức.

Yêu cầu chung trong việc giảng dạy phải coi sinh viên là trung tâm của hoạt động này.

Đối với yêu cầu phần kiến thức, người dạy phải cung cấp kiến thức văn học sử tương đối toàn diện, cơ bản nhưng được trình bày dễ hiểu và có trọng tâm. Kiến thức toàn diện, cơ bản giúp sinh viên nước ngoài nhận diện đầy đủ, khái quát về nền văn học Việt Nam, phân biệt được đặc trưng của các giai đoạn, thời kỳ văn học tương ứng với điều kiện văn hóa xã hội sản sinh ra nền văn học ấy. Tính trọng tâm của kiến thức thể hiện ở sự nhấn mạnh mỗi giai đoạn, mỗi khuynh hướng văn học theo tiến trình văn học sử nhằm tập trung cho sinh viên vào những nội dung cụ thể có chọn lọc.

Với đối tượng là sinh viên nước ngoài, trình bày dễ hiểu nhưng truyền tải đầy đủ nội dung là yêu cầu quan trọng, đòi hỏi giáo viên có sự đầu tư về thời gian trong việc lựa chọn ngôn từ, kỹ năng diễn đạt, đôi khi điều này chỉ đạt được khi tích lũy nhiều kinh nghiệm.

Nội dung dạy tiếng cũng có những yêu cầu chuyên biệt. Giảng viên hướng đến cung cấp cho sinh viên các từ vựng chuyên ngành của môn Văn học Việt Nam. Những từ chuyên ngành này rất đặc thù; vì vậy, khi giáo viên giải thích từ chuyên ngành cần chú ý đến tính sản sinh cao của yếu tố Hán Việt, đặt từ vựng trong mối quan hệ so sánh đối lập theo trục liên tưởng (paradigmatic) và quy luật kết hợp giữa các từ trong trục ngữ đoạn (syntagmatic)[6].

Trong giảng dạy tiếng Việt, phải đặt yêu cầu rèn luyện cả các kỹ năng sản sinh (productive) là nói, viết và kỹ năng tiếp thu (receptive) nghe, đọc. Giảng viên phân phối hợp lý việc giảng dạy bốn kỹ năng này tùy từng đối tượng lớp học cụ thể. Việc giảng bài cũng đã rèn luyện kỹ năng nghe cho sinh viên, khi giảng viên ra câu hỏi hoặc điều phối thảo luận giúp sinh viên rèn luyện kỹ năng giao tiếp, hệ thống bài tập đa dạng giúp rèn luyện kỹ năng đọc hiểu, nói, viết.

---

[6] Tham khảo thêm: Đào Thanh Lan, "Phương pháp dạy và giải thích ý nghĩa các từ, ngữ của tiếng Việt cho người nước ngoài", in trong: *Tiếng Việt và việc giảng dạy tiếng Việt cho người nước ngoài*, sđd, tr. 140 - 144.

Một số cách thức giảng dạy

Trong khoa học sư phạm, không có phương pháp, cách thức giảng dạy nào là tối ưu, giáo viên luôn tìm tòi, sáng tạo và tham khảo những cách thức giảng dạy phù hợp với đối tượng trong những hoàn cảnh cụ thể. Để đạt được mục tiêu giảng dạy, người dạy cần phối hợp nhiều phương pháp, cách thức để sinh viên tiếp nhận chủ động, hiệu quả. Chúng tôi không đi vào quy trình chi tiết trong phương pháp giảng dạy chỉ muốn nêu ra những ý kiến cơ bản trong phạm vi kinh nghiệm của mình nhằm góp phần nâng cao chất lượng giảng dạy môn Văn học Việt Nam cho sinh viên nước ngoài.

Thứ nhất, xây dựng bài giảng theo quy trình kết hợp giữa phương pháp diễn dịch (deductive method) và phương pháp quy nạp (inductive method). Mỗi bài giảng là một chỉnh thể thống nhất có cấu trúc do đó từ lúc bắt đầu giảng đến kết thúc cần theo một logic chặt chẽ. Khi bắt đầu bài giảng giáo viên đưa ra những nhận định chung, khái quát, sau đó đi vào từng vấn đề cụ thể, kết thúc bài giảng bằng kết luận có tính quy nạp. Từng phần, chương, mục của bài giảng cũng có kết cấu diễn dịch hoặc quy nạp để nhìn nhận vấn đề một cách tổng thể.

Thứ hai, khi giảng dạy môn Văn học Việt Nam, với từng bài liên quan đến từng tác giả, tác phẩm, giảng viên cũng cần chú ý đến việc trợ giúp sinh viên trong việc nhận biết từ vựng, cấu trúc câu nhưng để cho sinh viên có ý thức tự phát hiện những kiến thức chuyên ngành, để từ đó bước đầu có thể tự cảm thụ tác phẩm. Ví dụ như khi dạy về nhân vật Chí Phèo trong tác phẩm cùng tên của nhà văn Nam Cao, giảng viên chỉ nên trợ giúp sinh viên giải thích từ vựng liên quan đến việc mô tả thân phận của Chí Phèo và những sự kiện xảy ra trong cuộc đời Chí kể từ trước khi vào tù đến khi ra tù,… Sau đó, giảng viên nên để sinh viên tự thảo luận, phát biểu về con người của Chí Phèo và hướng sinh viên mở rộng nhận thức về xã hội mà Chí Phèo đang sống.

Trong quá trình giảng dạy, giảng viên cũng cần thực hiện hành động "giảng" hơn là "đọc". Việc: "Giáo viên đọc lại từng đoạn trong bài học mà sinh viên đã có trong tay"[7] chỉ nên thực hiện đối với việc học tiếng Việt ở trình độ sơ cấp và không phù hợp với tiếng Việt chuyên ngành, chuyên sâu. Nếu giảng viên chỉ "đọc" sẽ làm sinh viên quá tải vì họ chỉ nghe được âm mà không hiểu nội dung cũng như không lĩnh hội được những kiến thức văn học mà giảng viên muốn truyền tải.

Thứ ba, trong khi giảng bài, giảng viên luôn đặt câu hỏi trong suốt quá trình giảng dạy. Tất cả các câu hỏi như với những từ để hỏi như *Ai? Cái gì?, Ở đâu? Khi nào? Tại sao?*, và *Như thế nào?* sẽ giúp sinh viên hiểu toàn diện nội dung của bài giảng và rèn luyện kỹ năng nghe, nói. Các câu hỏi trong nội dung bài học sẽ tạo nên một cái sườn tác phẩm hấp dẫn có kết cấu giúp sinh viên dễ dàng tiếp nhận bài giảng. Việc giảng viên đặt câu hỏi thường xuyên cũng làm cho kiến thức liên tục được lặp lại cũng là cách để củng cố kiến thức và phát triển tư duy của sinh viên.

Đối với sinh viên nước ngoài nên đặt các câu hỏi từ dễ đến khó với các cấp độ đơn giản như ghi nhớ, hiểu, để miêu tả các sự kiện đến các cấp độ khó hơn là phân tích, đánh giá, sáng tạo. Ví dụ đối với tác phẩm *Chuyện người con gái Nam Xương* của Nguyễn Dữ[8], đầu tiên nên đặt các câu hỏi dễ, trực diện như: "Nàng Vũ nương kết hôn với ai?",

---

[7] Trần Thị Minh Giới, "Thử nêu một cách dạy văn học Việt Nam cho sinh viên nước ngoài", sđd, tr. 114.

[8] Nguyễn Thị Thanh Xuân "Trích giảng văn học Việt Nam dành cho sinh viên nước ngoài", Nxb Đại học Quốc gia, 2009.

"Khi Trương Sinh đi vắng, để dỗ con, Vũ nương thường chỉ vào cái bóng trên tường và nói gì với con trai?", "Vì nước nhà loạn lạc, chàng Trương đã tham gia chiến trận, xa nhà trong thời gian bao lâu?",.. . Sau đó đến các câu hỏi khó hơn: "Tại sao Vũ nương lại không báo cho chàng Trương biết là nàng đã có thai với chàng Trương trước khi chàng ra trận?", "Khi đứa con không nhận mình là cha, chàng Trương đã tỏ thái độ như thế nào? Tại sao?",.... . Và cuối cùng, những câu hỏi khó nhất dành cho sinh viên trong việc cảm thụ tác phẩm cũng có thể được giảng viên đưa ra: "Theo em, chàng Trương trong câu chuyện này đáng thương hay đáng trách? Tại sao?", "Yếu tố hoang đường trong câu chuyện là những yếu tố nào? Dụng ý của tác giả trong việc xây dựng những yếu tố hoang đường như vậy là gì?", "Theo anh/chị, khi bị oan mà không biết phải giải thích thế nào để người ta hiểu thì chúng ta nên làm gì?".

Thứ tư, giảng viên cũng nên sử dụng sơ đồ bài giảng, xây dựng sơ đồ tư duy (mind mapping[9]) nhằm hệ thống hóa kiến thức. Sơ đồ giảng dạy nên được trình bày khi bắt đầu bài học nhằm cung cấp cho sinh viên cái nhìn khái quát về toàn bộ bài học.

Sơ đồ tư duy (mind map) hiện được sử dụng rất phổ biến trong học tập, công việc; việc xây dựng sơ đồ tư duy này nhằm để ghi nhớ thông tin có trình tự, tổ chức, phân loại kiến thức một cách vững chắc, dễ dàng và sáng tạo với sự đan xen của ý chính, ý phụ, ý tổng quát, ý chi tiết...

---

[9] Sơ đồ tư duy (mind map) được xây dựng bởi nhà giáo dục học người Anh Tony Buzan vào năm 1974. Tham khảo: Tony Buzan, *Bản đồ tư duy trong công việc*, NXB Lao động xã hội, Hà Nội, 2007; Trần Đình Châu (Chủ biên), im i ph ng pháp d y h c và sáng t o v i b n   t duy, NXB Giáo d c, Hà N i, 2012.

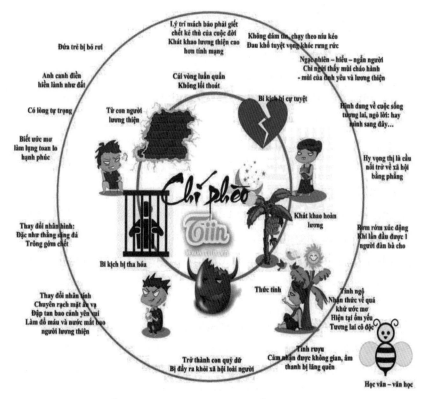

Hình: Sơ lược sơ đồ tư duy (mind map) đối với bài giảng *Chí Phèo* của nhà văn Nam Cao

Tùy theo yêu cầu, sơ đồ tư duy có thể sử dụng hệ thống toàn bộ lịch sử văn học Việt Nam hay từng giai đoạn, thời kỳ văn học hoặc thậm chí từng tác phẩm cụ thể. Dưới đây là ví dụ về sơ đồ tư duy (mind map) trong bài giảng *Chuyện người con gái Nam Xương* của Nguyễn Dữ.

Đối với sinh viên nước ngoài, những phương tiện tư duy trên rất cần thiết để hệ thống, củng cố kiến thức theo một trật tự logic, rõ ràng.

Thứ năm, xây dựng bài giảng đa phương tiện (multimedia).

Ngày nay, công cụ đa phương tiện, đa truyền thông (mutimedia) được sử dụng rất hữu ích khi xây dựng bài giảng. Để tạo ra sự hứng thú, chú ý và tác động toàn diện đến các giác quan cho sinh viên ngoài nội dung giáo trình, sự truyền đạt của giáo viên cần có sự minh họa bằng hình ảnh, âm thanh, phim[10]. Multimedia là môi trường tương tác thông tin gồm phần mềm microsoft powerpoint với sự tích hợp của văn bản (text), đồ hoạ (graphics), ảnh (image), âm thanh (audio), phim (video clip, movie). Trong một bài giảng cần sự phối hợp tất cả các tương tác multimedia.

Chúng ta có thể sử dụng kết hợp rất đa dạng tương tác multime-dia. Sinh viên nước ngoài được xem những bức ảnh về những nhà văn hay tác phẩm nổi tiếng, những trích đoạn phim điện ảnh được chuyển

---

[10] Có thể tham khảo thêm: Phan Văn Giưỡng, "Ứng dụng kỹ thuật vi tính vào việc học và dạy tiếng Việt", in trong: *Tiếng Việt và việc giảng dạy tiếng Việt cho người nước ngoài*, sđd, tr. 68-69; Vũ Thị Thu Hường, "Vai trò của giáo cụ trực quan trong giảng dạy ngoại ngữ - một số bài tập ứng dụng trong việc giảng dạy tiếng Việt cho sinh viên nước ngoài", in trong: Nhiều tác giả, *Tiếng Việt và Việt Nam học cho người nước ngoài*, NXB ĐHQG Hà Nội, Hà Nội, 2003, tr. 245-254; Nguyễn Thị Hê, "Dùng hình ảnh làm phương tiện dạy tiếng Việt như một ngoại ngữ", in trong: *Nghiên cứu và giảng dạy Việt Nam học cho người nước ngoài*, sđd, tr. 139-148

thể từ tác phẩm văn học sẽ gây ra được xúc cảm, tạo nên ấn tượng mạnh cho người học, giúp nội dung bài học được truyền tải mạnh mẽ làm cho sinh viên nước ngoài hiểu hơn về tác phẩm mình vừa được học.

Thứ sáu, liên hệ, so sánh nền văn học Việt Nam với nền văn học thế giới nhằm mở rộng kiến thức cho sinh viên. Giảng viên cần có sự am hiểu nhất định về những tác gia và tác phẩm nổi tiếng trong nền văn học thế giới cũng như nền văn học đất nước của chính những sinh viên đang nghe giảng[11]. Điều này vừa tạo ra sự thích thú đồng thời củng cố kiến thức về văn học Việt Nam, tạo ra mối liên hệ so sánh với các nền văn học khác cho sinh viên nước ngoài.

Thứ bảy, thuyết trình, thảo luận là cách thức giảng dạy có hiệu quả đối với sinh viên. Đây là cách tiếp cận từ dưới lên (bottom-up) với việc đặt sinh viên là trung tâm của việc giảng dạy. Hình thức giảng dạy này không những làm cho sinh viên thích thú, tự do bày tỏ quan điểm, tham gia chủ động vào quá trình học tập mà còn rèn luyện cho sinh viên nước ngoài kỹ năng nghe, giao tiếp; đồng thời tạo thuận lợi cho giảng viên theo dõi được quá trình tiếp thu kiến thức của sinh viên để bổ sung, hoàn thiện giáo án, bài giảng.

Hoạt động thuyết trình đòi hỏi sinh viên phải có sự chuẩn bị trước khi đến lớp. Giáo viên có thể ra câu hỏi thuyết trình hoặc để sinh viên tự chọn đề tài. Hoạt động thảo luận có thể chuẩn bị trước khi đến lớp hoặc tiến hành thảo luận ngay khi kết thúc bài giảng. Nội dung thảo

---

11 Tham khảo thêm: Nguyễn Văn Huệ, Đinh Lư Giang, "Văn hóa trong việc giảng dạy tiếng Việt cho người nước ngoài", in trong: *Tiếng Việt và Việt Nam học cho người nước ngoài*, sđd, tr. 141-145; Phan Thái Bình, "Sự cần thiết của người giảng viên về việc am hiểu văn hóa của học viên", in trong: *Việt Nam học và tiếng Việt*, sđd, tr. 41-52.

luận có thể là câu hỏi của giáo viên hoặc cho sinh viên đọc một tư liệu liên quan đến tác giả và tác phẩm vừa học rồi tham gia thảo luận. Cũng có thể cho sinh viên xem đoạn phim hay nghe một bài hát trong điều kiện truyện ngắn, tiểu thuyết vừa giảng dạy đã được chuyển thể thành phim hoặc một bài thơ đã được chuyển thể thành bài hát rồi đánh giá, chia sẻ ý kiến, thảo luận về đoạn phim hay bài hát đó.

Thứ tám, giảng dạy ở những nơi có tạc tượng nhà văn nổi tiếng vừa học hay tại những bảo tàng nơi lưu giữ những hình ảnh hoặc những cuốn sách của tác giả mà sinh viên vừa được giới thiệu. Đây là hình thức thay đổi không khí học tập, tạo ra sự thoải mái trong cách thức tiếp nhận với một không gian rộng lớn hơn lớp học. Điều này sẽ giúp sinh viên mở rộng tầm mắt, nắm bắt tốt hơn kiến thức. Ngoài ra, cần gắn liền việc dạy văn học với hoạt động ngoại khóa: "không gian ngoại khóa sẽ tạo ra một không gian giao tiếp cởi mở, gần gũi, giúp sinh viên học tập và hòa nhập cả về tâm lý, văn hóa"[12]. Có thể nói đây là hình thức học tập có hiệu quả rất cao, lý thú, thiết thực. Tuy nhiên, hoạt động này không thể diễn ra thường xuyên cho mọi bài học vì có sự hạn chế của kinh phí, thời gian và khó khăn trong việc tổ chức.

Thứ chín, cần giảng dạy Văn học Việt Nam cho sinh viên nước ngoài trong các phòng học chuyên biệt về văn học, văn hóa, xã hội Việt Nam. Các phòng học chuyên biệt này có đầy đủ thiết bị, giáo cụ giảng dạy, được bày trí chuyên nghiệp, bắt mắt với sự phối hợp của kiến trúc, màu sắc, hình ảnh, hiện vật, tủ sách..... Phòng học hiện đại này tạo môi trường thoải mái, gần gũi, thân thiện sẽ bổ trợ rất nhiều

---

12 Phạm Thuỳ Chi, "Vai trò của hoạt động ngoại khóa trong học ngoại ngữ - Một số vận dụng trong giảng dạy tiếng Việt", in trong: Nhiều tác giả, *Nghiên cứu, giảng dạy Việt Nam học và tiếng Việt: phương pháp và kỹ năng*, NXB Khoa học Xã hội, Hà Nội, 2010, tr. 41.

trong việc dạy và học môn học này, đồng thời rất hữu ích cho việc quảng bá hình ảnh đất nước đến bạn bè quốc tế. Tuy nhiên, không phải cơ sở đào tạo sinh viên nước ngoài nào cũng có đủ tiềm lực và khả năng để xây dựng các phòng học kiểu này.

Tóm lại, cần hoàn thiện, phối hợp các phương pháp và hình thức giảng dạy môn Văn học Việt Nam nhằm đạt hiệu quả cao nhất cho việc quảng bá, giới thiệu hình ảnh Việt Nam qua văn học sử đến với sinh viên nước ngoài.

3. Hình thức đánh giá

Cần xây dựng hình thức đánh giá phù hợp nhằm phản ánh đúng năng lực của sinh viên và phân loại trình độ. Hình thức đánh giá môn Văn học Việt Nam cho sinh viên nước ngoài hướng đến những mục tiêu, yêu cầu riêng biệt. Trắc nghiệm khách quan kết hợp với tự luận là hình thức đánh giá có hiệu quả nhất cho môn học này.

Đối tượng, mục tiêu, yêu cầu

Môn Văn học Việt Nam cho người sinh viên nước ngoài có đối tượng đặc biệt. Đối tượng này không phải là người bản ngữ, chỉ sử dụng tiếng Việt như một ngoại ngữ. Mặt khác, tiếng Việt của sinh viên từ trình độ trung cấp trở lên nên cần có hình thức đánh giá khách quan, phù hợp.

Mục tiêu của hình thức đánh giá hướng đến việc tiếp thu kiến thức. Thực tế, trong một bài đánh giá đã thực hiện chức năng kép với năng lực tiếp thu kiến thức và năng lực sử dụng tiếng Việt. Với mục tiêu này, hình thức đánh giá được thiết kế, xây dựng để kiểm tra kiến thức, mức độ hoàn thành bài học của sinh viên.

Hình thức đánh giá được xây dựng toàn diện nhằm kiểm tra mọi

năng lực tiếp thu và phân loại được sinh viên. Những nghiên cứu của
Benjamin Bloom và Lorin Anderson cho biết năng lực tiếp thu của tư
duy có thể phân thành 6 tầng gồm: Nhớ (Remembering), Hiểu (Un-
derstanding), Áp dụng (Applying), Phân tích (Analyzing), Đánh giá
(Evaluating), Sáng tạo (Creating)[13]. Phân loại năng lực tư duy là cơ
sở để tiến hành xây dựng hình thức đánh giá. Giảng viên phải đánh
giá toàn diện các cấp độ năng lực tư duy của sinh viên, nhưng tùy vào
tình hình cụ thể đối với sinh viên nước ngoài sẽ chú trọng đến cấp độ
tư duy ở thang bậc nào, những câu hỏi trắc nghiệm với đối tượng này
không thể ở mức độ khó như đối với sinh viên Việt Nam.

Hình thức đánh giá

Trắc nghiệm khách quan kết hợp với tự luận là hình thức đánh giá
hiệu quả nhất đối với môn Văn học Việt Nam cho người nước ngoài.
Trong đó, trắc nghiệm khách quan chiếm dung lượng ưu thế so với
phần tự luận. Kết hợp giữa hai hình thức này sẽ đánh giá khá toàn diện
năng lực và phân loại trình độ của sinh viên.

Để tiến hành đánh giá theo hình thức trắc nghiệm đòi hỏi phải đầu
tư thời gian, công sức xây dựng đề thi. Một đề thi trắc nghiệm công
phu phải có tính khoa học, logic, rõ ràng, không mâu thuẫn. Đồng thời
khi ra đề thi trắc nghiệm phải sử dụng các phần mềm để đảo thứ tự
câu hỏi và trật tự câu trả lời nhằm tạo ra nhiều đề thi khác nhau từ đề
thi gốc.

---

[13] Năm 1956, Bloom đưa ra phân loại 6 tầng tư duy gồm: Kiến thức (Knowledge), Hiểu thấu đáo
(Comprehension), Áp dụng (Application), Phân tích (Analysis), Tổng hợp (Synthesis), Đánh giá
(Evaluation); đến năm 2000 Anderson đã sửa đổi bảng phân loại này và hình thành phân loại 6 tầng
mới (Xem thêm: Leslie Wilson, *Beyond Bloom - A New Version of The Cognitive Taxonomy*, http://
www4.uwsp.edu).

Trắc nghiệm khách quan có rất nhiều ưu thế vì tính khoa học của nó. Trắc nghiệm giúp định tính chính xác năng lực làm bài thi, nội dung kiến thức toàn diện, dễ dàng phân loại được trình độ sinh viên, tránh tình trạng học tủ, đòi hỏi năng lực giải quyết vấn đề nhanh... Hạn chế cơ bản của trắc nghiệm khách quan là không thấy được quá trình tư duy vì chỉ tiến hành tích câu trả lời, ngoài ra không rèn luyện năng lực viết cho sinh viên nước ngoài. Để bổ sung cho hạn chế của đề thi trắc nghiệm khách quan sẽ có phần thi viết tự luận, một đề thi tự luận tốt giúp nhận biết dễ dàng sự khác nhau giữa trình độ của sinh viên.

Bảng 9-1. Phân loại mức độ đề thi trắc nghiệm, cấp độ đánh giá theo phân loại tư duy Bloom-Anderson [14]

TT	Mức độ đề thi	Cấp độ đánh giá					
		Kiến thức			Năng lực		
		Nhớ	Hiểu	Áp dụng	Phân tích	Đánh giá	Sáng tạo
1	Mức độ 1	x	x	x			
2	Mức độ 2		x	x	x		
3	Mức độ 3				x	x	x

Đề thi trắc nghiệm gồm 4 loại cơ bản là: câu đúng/sai (yes/no questions), câu điền khuyết (supply items), câu ghép đôi (matching items) và câu nhiều lựa chọn (multiple choise questions). Trong 4 loại này, đơn giản nhất là loại câu đúng/sai, phức tạp nhất là câu nhiều lựa chọn. Câu nhiều lựa chọn là hình thức trắc nghiệm đòi hỏi năng lực tư

---

[14] Tham khảo thêm: Nguyễn Bích Ngọc, *Phương pháp biên soạn đề thi trắc nghiệm*, Trung tâm đảm bảo chất lượng giáo dục và Khảo thí, ĐHSP Hà Nội, 2007.

duy cao vì trong loại câu hỏi này có nhiều đáp áp gây nhiễu, thậm chí trong câu hỏi khó đáp án gây nhiễu được thiết kế tinh vi đòi hỏi sinh viên có kiến thức thật sự chắc chắn mới có thể đưa ra đáp án chính xác. Trong một đề thi nên kết hợp cả 4 loại đề thi này sẽ giúp đánh giá năng lực sinh viên từ mức độ thấp đến cao.

Dựa vào phân loại tư duy Bloom - Anderson và tùy từng loại đối tượng sinh viên nước ngoài, giảng viên đưa ra những đề thi từ mức độ dễ đến khó. Mức độ dễ gồm những câu hỏi trắc nghiệm liên quan đến cấp độ tư duy nhớ, hiểu, áp dụng; mức độ khó gồm các câu hỏi phân tích, đánh giá, sáng tạo.

Trong đề thi cuối kỳ môn Văn học Việt Nam dành cho sinh viên nước ngoài năm thứ 3 của khoa Việt Nam học trường Đại học Hà Nội đã kết hợp hình thức trắc nghiệm khách quan với tự luận. Kết cấu bài thi gồm 80 câu trắc nghiệm và 3 câu tự luận với thời gian làm bài 90 phút. Nội dung trắc nghiệm gồm hai phần, phần 1 gồm 30 câu hỏi đúng/sai, phần 2 gồm 50 câu hỏi điền khuyết và câu nhiều lựa chọn trong đó đều có 4 lựa chọn dành cho hai loại câu hỏi này.

Hệ thống câu hỏi trắc nghiệm trong đề thi này áp dụng các cấp độ đánh giá trong phân loại tư duy Bloom – Anderson từ mức 1 đến mức 5.

Trong câu hỏi số 1 của phần thi trắc nghiệm có một số câu thuộc cấp độ đánh giá kiến thức như:

Bảng 9-2. Ví dụ về câu hỏi trắc nghiệm đúng/sai (yes/no questions)

TT	Thông tin	Đ	S
1.	Chí Phèo bị bỏ rơi vào năm 20 tuổi.		
2.	Chí Phèo được Bá Kiến nhặt về nuôi khi vừa lọt lòng mẹ.		
3.	Thị Nở là một người phụ nữ vừa đẹp người, vừa đẹp nết.		
4.	Chí Phèo đã gặp và yêu Thị Nở trước khi bị đi tù.		

TT	Thông tin	Đ	S
5.	Thị Nở sống với một bà cô.		
6.	Thị Nở đã chăm sóc Chí Phèo khi Chí phèo bị ốm.		
7.	Bà cô của Thị Nở đã bằng lòng gả Thị Nở cho Chí Phèo.		
8.	Được Thị Nở chăm sóc, thương yêu, Chí Phèo đã ước mơ được sống một cuộc sống yên ổn bên Thị Nở, ước mơ được trở thành người lương thiện.		
9.	Cuối cùng, Chí Phèo đã giết chết bà cô của Thị Nở và cũng tự sát.		
10.	Cuối cùng, Chí Phèo đã giết chết Bá Kiến và cũng tự sát.		

Câu hỏi số 2 của phân thi trắc nghiệm có một số câu thuộc cấp độ đánh giá năng lực như:

1. Người vợ trong truyện là người phụ nữ.............................

    A. thất tiết với chồng   C. chung thủy

    B. lừa dối chồng   D. hư

2. Người chồng trong truyện là người ....

    A. hay ghen, nghi ngờ vợ   C. tin vợ

    B. hiểu và thông cảm với vợ   D. không yêu vợ

3. Khi người chồng đi vắng, người vợ ở nhà thường ....

    A. gặp người đàn ông khác

    B. chỉ vào bóng mình và nói với con rằng đó là cha nó

    C. gặp phu nhân của Nam Hải Long Vương

    D. nói dối chồng

4. Khi không thể giải thích được nỗi oan của mình, người vợ đã ....

    A. nhảy xuống sông tự tử   C. bế con bỏ đi

    B. yêu người khác   D. khóc lóc suốt ngày

5. Khi biết mình đã nghi oan cho vợ, người chồng rất ....

    A. tức giận   C. đau khổ

    B. lo lắng   D. vui mừng

Phần tự luận gồm 3 câu hỏi phân loại sinh viên với các mức độ nhớ, hiểu đến phân tích, đánh giá như:

    1. Theo anh/chị, điều gì đã làm con người Chí Phèo thay đổi sau khi ra tù?

    2. Chí Phèo đáng thương hay đáng trách? Vì sao?

    3. Qua nhân vật Chí Phèo, anh/chị có nhận xét gì về số phận của người nông dân Việt Nam trong xã hội phong kiến?

    Như vậy, hình thức đánh giá trắc nghiệm khách quan kết hợp với tự luận tỏ ra có hiệu quả trong việc áp dụng cho đối tượng sinh viên nước ngoài. Tùy theo tình hình cụ thể, giáo viên cân đối hợp lý giữa trắc nghiệm và tự luận nhưng nên kết cấu dung lượng và cơ cấu điểm phần trắc nghiệm nhiều hơn tự luận.

    Tóm lại, việc giảng dạy môn Văn học Việt Nam cho sinh viên nước ngoài là một công việc cần giảng viên đầu tư nhiều công sức. Cũng như các môn chuyên ngành khác, môn Văn học Việt Nam là một môn học vô cùng lý thú, hữu ích đối với sinh viên nước ngoài nếu giảng viên biết khai thác nguồn ngữ liệu giảng dạy và phương pháp giảng dạy tối ưu. Ngược lại, môn Văn học Việt Nam sẽ là môn học học vô cùng khó học, khó lĩnh hội đối với sinh viên nếu giảng viên chưa thực sự có sự chuẩn bị kỹ lưỡng cả về nội dung và phương pháp truyền thụ hoặc trình độ tiếng Việt của sinh viên còn quá yếu. Vì vậy, để chuẩn bị tốt cho công việc giảng dạy môn học này, ngoài yếu tố khách quan là năng lực tiếng của sinh viên thì yếu tố chủ quan về niềm đam mê truyền thụ kiến thức văn học Việt Nam cũng như nhiệt huyết trong việc giảng dạy tiếng Việt chuyên ngành của người giảng viên chính là những vấn đề quan trọng, then chốt./.

TÀI LIỆU THAM KHẢO

Bộ Giáo dục và Đào tạo, 2015, *Thông tư Ban hành Khung năng lực tiếng Việt dùng cho người nước ngoài*, số 17/2015, TT-BGDĐT.

Bộ Giáo dục và Đào tạo, *Chương trình giáo dục phổ thông cấp Trung học cơ sở*, NXB Giáo dục Việt Nam, Hà Nội, 2009.

Bộ Giáo dục và Đào tạo, *Chương trình giáo dục phổ thông cấp Trung học phổ thông*, NXB Giáo dục Việt Nam, Hà Nội, 2009.

Đại học KHXH&NV (ĐHQG Hà Nội), Khoa Văn học, *Khung chương trình đào tạo cử nhân hệ chính quy ngành Văn học Việt Nam.*

Đào Thanh Lan, *Phương pháp dạy và giải thích ý nghĩa các từ, ngữ của tiếng Việt cho người nước ngoài*, in trong Kỷ yếu: *Tiếng Việt và việc giảng dạy tiếng Việt cho người nước ngoài*, 2014.

Nguyễn Bích Ngọc, *Phương pháp biên soạn đề thi trắc nghiệm*, Trung tâm đảm bảo chất lượng giáo dục và Khảo thí, ĐHSP Hà Nội, 2007.

Nguyễn Thị Hê, *Dùng hình ảnh làm phương tiện dạy tiếng Việt như một ngoại ngữ*, in trong Kỷ yếu: *Nghiên cứu và giảng dạy Việt Nam học cho người nước ngoài*, 2014.

Nguyễn Thị Thanh Xuân *Trích giảng văn học Việt Nam dành cho sinh viên nước ngoài*, Nxb Đại học Quốc gia, 2009.

Nguyễn Văn Huệ, Đinh Lư Giang, *Văn hóa trong việc giảng dạy tiếng Việt cho người nước ngoài*, in trong Kỷ yếu: *Tiếng Việt và Việt Nam học cho người nước ngoài*, 2014.

Phạm Thuỳ Chi, *Vai trò của hoạt động ngoại khóa trong học ngoại ngữ - Một số vận dụng trong giảng dạy tiếng Việt*, in trong: Nhiều tác giả, *Nghiên cứu, giảng dạy Việt Nam học và tiếng Việt: phương pháp và kỹ năng*, NXB Khoa học Xã hội, Hà Nội, 2010.

Phan Thái Bình, *Sự cần thiết của người giảng viên về việc am hiểu văn hóa của học viên*, in trong Kỷ yếu: *Việt Nam học và tiếng Việt*, 2013.

Phan Văn Giưỡng, *Ứng dụng kỹ thuật vi tính vào việc học và dạy tiếng Việt*, in trong Kỷ yếu: *Tiếng Việt và việc giảng dạy tiếng Việt cho người nước ngoài*, 2014.

Trần Thị Minh Giới, *Thử nêu một cách dạy văn học Việt Nam cho sinh viên nước ngoài*, Tạp chí Trường Đại học KHXH và NV Thành phố Hồ Chí Minh, 2012.

Vũ Thị Thu Hường, *Vai trò của giáo cụ trực quan trong giảng dạy ngoại ngữ - một số bài tập ứng dụng trong việc giảng dạy tiếng Việt cho sinh viên nước ngoài*, in trong: Nhiều tác giả, *Tiếng Việt và Việt Nam học cho người nước ngoài*, NXB ĐHQG Hà Nội, Hà Nội, 2003.

Note

Note

Note

Note

國家圖書館出版品預行編目資料

越南語教材教法／蔣為文主編. -- 初版.
-- 臺北市：五南圖書出版股份有限公司,
2018.06
面； 公分.

ISBN 978-957-11-9689-3（平裝）

1.越南語 2.外語教學

803.79   107005305

1XF5

越南語教材教法

策　　　劃— 國立成功大學越南研究中心

主　　編— 蔣為文

作　　者— 蔣為文、陳氏蘭、阮福祿、Lê Khắc Cường
　　　　　（黎克強）、Nguyễn Thiện Nam（阮善南）、
　　　　　Nguyễn Văn Hiệp(阮文協)、Nguyễn Văn Phúc
　　　　　(阮文復)、Nguyễn Thị Thanh Xuân(阮氏青春)

企劃主編— 黃惠娟

責任編輯— 魯曉玟

封面設計— 黃聖文

出 版 者— 五南圖書出版股份有限公司

發 行 人— 楊榮川

總 經 理— 楊士清

總 編 輯— 楊秀麗

地　　　址：106台北市大安區和平東路二段339號4樓

電　　話：(02)2705-5066　傳　　真：(02)2706-6100

網　　　址：https://www.wunan.com.tw

電子郵件：wunan@wunan.com.tw

劃撥帳號：01068953

戶　　名：五南圖書出版股份有限公司

法律顧問　林勝安律師

出版日期　2018年6月初版一刷
　　　　　2024年8月初版二刷

定　　價　新臺幣400元

經典永恆・名著常在

五十週年的獻禮——經典名著文庫

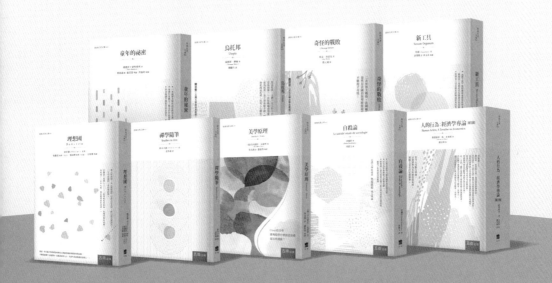

五南，五十年了，半個世紀，人生旅程的一大半，走過來了。

思索著，邁向百年的未來歷程，能為知識界、文化學術界作些什麼？

在速食文化的生態下，有什麼值得讓人雋永品味的？

歷代經典・當今名著，經過時間的洗禮，千錘百鍊，流傳至今，光芒耀人；

不僅使我們能領悟前人的智慧，同時也增深加廣我們思考的深度與視野。

我們決心投入巨資，有計畫的系統梳選，成立「經典名著文庫」，

希望收入古今中外思想性的、充滿睿智與獨見的經典、名著。

這是一項理想性的、永續性的巨大出版工程。

不在意讀者的眾寡，只考慮它的學術價值，力求完整展現先哲思想的軌跡；

為知識界開啟一片智慧之窗，營造一座百花綻放的世界文明公園，

任君遨遊、取菁吸蜜、嘉惠學子！